பியானோவின் நறும்புகை

நிலாகண்ணன்

படைப்பு பதிப்பகம்
#8, மதுரை வீரன் நகர்
கூத்தப்பாக்கம்
கடலூர் - தமிழ்நாடு
607 002
94893 75575

நூல் பெயர்	:	பியானோவின் நறும்புகை (கவிதை)
ஆசிரியர்	:	நிலாகண்ணன்
பதிப்பு	:	முதற்பதிப்பு – 2021
பக்கங்கள்	:	114
வடிவமைப்பு	:	முகம்மது புலவர் மீரான்
அட்டைப்படம்	:	ஓவியர் மணிவண்ணன்
வெளியீட்டகம்	:	இலக்கிய படைப்பு குழுமம்
அச்சிடல்	:	படைப்பு பிரைவேட் லிமிடட், சென்னை
வெளியீடு	:	படைப்பு பதிப்பகம்
பதிப்பாளர்	:	ஜின்னா அஸ்மி
விலை	:	ரூ 120

Title	:	Piyaanovin Narumpuhai (Poems)
Author	:	Nila Kannan
Edition	:	First Edition - 2021
Pages	:	114
Printed by	:	Padaippu Private Limited, Chennai
Publishing Agency	:	Ilakkiya Padaippu Kuzhumam
Published by	:	Padaippu Pathippagam
Website	:	www.padaippu.com
E-mail	:	admin@padaippu.com
ISBN	:	978-81-946899-5-9
Price	:	₹ 120

பதிப்புரை

ஜின்னா அஸ்மி, பதிப்பாளர்.

நவீனத்துவத் தன்மை கொண்ட வலுவான மையக்கரு கொண்டதாக வைத்திருப்பதும், அக்கருவைத் தர்க்கப்பூர்வமாக நிறுவ முயல்வதும், அம்முயற்சியைத் தெளிவான, செறிவான, ஒருங்கிணைவுள்ள வடிவம் கொண்டதாக மாற்றிக் கொண்டதும், அதற்கேற்ற நுண்மையும், கவனமும் கொண்ட மொழியைக் கையாண்டிருப்பதும், அதில் அறிவியலை மையமாக்கிய நோக்கும் உலகளாவிய நோக்கும் உடையதாக தகவமைத்துக்கொண்டதும், ஒரு செயல்பாட்டு வழிமுறையைப்போல அல்லாமல், மையம் நோக்கிய செயல்பாட்டைச் சிதறடிக்கும் விதமாக அதிகாரத்தின் படிநிலைக் கட்டமைப்பை உடைத்துவிட்டு எல்லாவற்றையும் கிடைமட்டத்தில் வைத்துப் பார்க்கும் சிந்தனை முறையில் செதுக்கியதும், மொத்தத்தில் ஓர் உத்தியோ, ஓர் இலக்கிய வகைமையோ அல்லது ஏதோ ஓர் இசமோ என எதையும் சாராமல், ஓர் அழகான இலக்கியப்போக்கில் தனக்கென ஒரு பாணியை அமைத்துக்கொண்டு சுயமாக, அதே நேரத்தில் மொழி, காலம், சமூகம், வரலாறு, பண்பாடு ஆகியவற்றையும் உள்ளடக்கி உருவாக்கப்பட்டிருப்பதே 'பியானோவின் நறும்புகை' நூல். கற்பனையின் புதிய சாத்தியங்களை உருவாக்குவதும் அந்தச் சாத்தியங்களை மெய்மையோடு ஒன்றுகலக்கச் செய்து புனைவின் வழியாகவே இவ் இலக்கிய உலகை எதிர்கொள்வதுமே இந்நூலின் பலம்.

சென்னையை வசிப்பிடமாகக் கொண்ட படைப்பாளி நிலாகண்ணன் அவர்களுக்கு இது முதல் தொகுப்பு. சிற்றிதழ்கள் பேரிதழ்கள் உட்பட இன்றைய இணைய ஊடங்களிலும் தனது இலக்கியப் பங்களிப்பால் நன்கு அறியப்பட்டவர். படைப்பு குழுமத்தால் வழங்கப்படும் மாதாந்திர சிறந்த படைப்பாளி என்ற தனித்துவமான அங்கீகாரத்தையும், கவிச்சுடர் எனும் உயரிய விருதையும் பெற்றவர் மேலும் படைப்பு பரிசுப்போட்டிகளில் கவிஞர் மு.மேத்தா, கவிஞர் வண்ணதாசன், கவிஞர் அறிவுமதி மற்றும் கவிஞர் பழநிபாரதி போன்ற ஆளுமைகளால் தேர்வு செய்யப்பட்டவர் இவர் என்பதும் குறிப்பிடத்தக்கது

எமது படைப்பு பதிப்பகத்தின் மூலமாகத் தனது கவிதைத் தொகுப்பை வெளியிட முன்வந்த படைப்பாளி நிலாகண்ணன் அவர்களுக்கும், வாழ்த்துரை வழங்கிய கவிஞர் வெய்யில் அவர்களுக்கும், அட்டைப்பட வடிவமைப்பில் இத்தொகுப்பை அலங்கரித்த ஓவியர் மணிவண்ணன் அவர்களுக்கும், நூல் உள்கட்டமைப்பை வடிவமைத்த முகம்மது புலவர் மீரான் அவர்களுக்கும் மற்றும் இந்நூல் வெளிவர உதவிய அனைவருக்கும் படைப்பு குழுமம் தனது நன்றியைத் தெரிவித்துக்கொள்கிறது.

வளர்வோம்...! வளர்ப்போம்..!!
படைப்பு குழுமம்

நன்றி ➢

கவிஞர் ஜின்னா, கவிஞர் வெய்யில், ஓவியர் மணிவண்ணன்,
கவிஞர் குமரேசன் கிருஷ்ணன்
மற்றும்
என் நலம் விரும்பிய நண்பர்களுக்கு....

தடம்
ஆனந்தவிகடன்
தகவு
கனலி
கணையாழி
குமுதம்
குங்குமம்

சமர்ப்பணம் ➢

என் பசியாத்தி அடர் நிழலி மூன்றாம் பறவையின் தனிமை உணர்ந்த அந்த நான்காம் பறவை என் அன்பு மனைவி வசந்திக்கு...

வாழ்த்துரை

கண்ணீரைத் தொட்டுத் தொட்டு 'புன்னகை' என்று எழுதுவதுபோலிருக்கிறது நிலாகண்ணனின் கவிதைகள். மென்மையின் தீவிரம் அல்லது தீவிரத்தின் மென்மை என இக்கவிதைகளின் குரலை வகைப்படுத்தலாம். பொருளாதாரம், அரசியல், துரோகம், அதிகாரம், மரணம், காதல் என வாழ்வு இடறும் தருணங்களின் பதற்றத்தை வெவ்வேறு இசைக்கருவிகளின் அதிர்வுகளோடு ஒப்பிட்டுச் சிந்திக்கும் விநோத மனோபாவம் இக்கவிதைகளை எழுதியிருக்கிறது. ரொம்பவே கனிந்துவிட்ட துயரனின் மதுநேரப் பேச்சைப்போல வாஞ்சையும் அழகும் இசைமையும் கொண்டிருக்கும் கவிதைகள், எல்லாம் முடிந்தபின்னும் 'குறையொன்றுமில்லை' என்கின்றன. அவ்வகையில், மானுடக் கையாலாகாத்தனத்தின் தத்துவார்த்தம் இனிக்கிறது தொகுப்பு முழுக்க. 'கண்ணைக் கட்டினாலும் ஈழம் தெரிகிறது' என்கிற வரியை இனி வாழ்நாளில் என் மூளை மறக்காது. 'வலி என்பது உடலில் ஏற்றிவைக்கப்படும் ஜோதி' என்கிறார் கவிஞர். அவ்வகையில் இக்கவிதைகள் ஜோதி நிறைந்தவை.

'கவிதை என்ன செய்யும்?
பிரார்த்தனை ஏற்றுக் கரையும்
கற்பூரவில்லைபோல்
எரிந்து முடியும், அவ்வளவுதான்.'

என்று எழுதுகிறார் நிலாகண்ணன். ஆனால், அவரது கவிதைகள் அப்படி எளிதில் அணைந்துவிடுவதில்லை. நவீனத் தமிழ்க் கவிதையின் பெரும்பாதைக்குள், வித்தியாசமான ஹார்ன் ஒலியோடு வழிவளை திருப்பும் நண்பனுக்கு அன்பின் வரவேற்பு!

வெய்யில்

என்னுரை ➤

நிலாகண்ணன்
9551212737

எதையாவது எழுதிப்பழகிவிட்டேன், விடமுடியாது. மண்ணில் அனிச்சையாக விரலால் கோலமிடும் பெண்விரல் போல எழுத வேண்டுமெனக்கு. எழுதுவதென்பது ஒரு விதமான தீர்வு. சொற்கள் அதிகமற்ற கல்லறை வாசகங்களைச்சூடி இறந்தவர்களை நான் விரும்புகின்றேன்.

கிளியாஞ்சட்டிகளைப்போல சின்னஞ்சிறிய மனநிம்மதிகளை மொழியில் வனைந்து பார்க்கிறேன்.

துளி நீரிலிருந்து மீண்ட எறும்பு கோடு இழுத்துச்செல்கிறது, எனக்குக் கவிதை என்பது அந்த ஈரப்பாதை!

.
.
.
.

.

பாதை தொடங்குகிறது...

தேவமலர்

சின்னஞ்சிறிய பஞ்சுப்பொதியுடம்பை
அந்தக்குரலுக்குப் பொருத்தாதீர்கள்
தொல்குடிகளின் பாடலைப்போல
அந்தமலைதான்
இடைவெளி விட்டுக் கூவுகிறது என்கிறேன்
நம்புவீர்களா?
அடிவானத்தில் நிறங்களின் சமிக்ஞை
பெண்ணை அச்சமூட்டுவதில்லை
பாறையில் விழுந்து நுரைத்த அருவி
கானக மொத்தத்திற்கும்
ஒரு சிவப்பு மலரை மலர்த்துகின்றது
அம்மலரின்
பூர்வ உஷ்ணம் தொட்டு
இறைவியாடும் களிநடனத்திற்கு
பூவுலகின் பெண்பாலெல்லாம் பூரித்துப் பொங்குகின்றன
தீயும் பெண்பால்தான் சந்தேகமென்றால்
அவள் அடிவயிற்றைக் கேளுங்கள்
அப்போதெல்லாம்
பரிசுத்தமான அன்னப்பறவையைக் கொண்டுவந்து
அவள் வலியின் மடியில் அமர்த்தவேண்டும் போலிருக்கும்
ரோமமடர்ந்த ஆண்களின் கரம் பற்றிக்கொண்டு சொல்கிறேன்
தேவமலரென்பது...

❖

காலத்தைப் பருகும் தேனீ

புல்லாங்குழலோடு மனப்பித்தானவன்
காற்றைக் கட்டுவதும் திறப்பதுமாய்
ஒரு துளையடைத்து மறுதுளை திறக்கிறான்.
ஒழுங்கமைவற்ற நாதம்
அவனுக்கு முன்னே சென்று திசைகளைத் திறந்து வைக்கிறது
ஓர் இசைக்குழப்பத்தை எப்போதும்
தன் கைகளிலே வைத்திருக்கிறான்
நாய் விரட்ட..
முதுகு சொறிய..
எறும்புகளை நசுக்க..
தலையில் தட்டிக்கொண்டு ஓட.. என
அவனோடு அந்தக் குழலுக்கும்
சின்னஞ்சிறு சித்தப்பிரமை போலும்.
தன்னை எதிர் கொள்பவர்களையெல்லாம்
இறந்த காலத்திற்குள் அழைத்துக்கொண்டு பறக்கும்
மாயப்பறவைகள் அவனது கண்கள்
மழையின் பொருட்டு
மடாலயத் தூணிலிருக்கும்
குளிர்ந்த கல்மலரில் சாய்ந்திருக்கிறான்
காலத்தைப் பருகும் ஒரு தேனீயைப்போல.
பறவைக்கு நீர் வைக்கும் கைகளினால்
யாரேனும் அந்தக் குழலை வாங்கிக் கீழே வைத்துவிட்டு
அவனைக் கொஞ்சம் உறங்கவைத்தால் நிம்மதி

❖

அழை தூர ஞமலி

பெருத்த துரோகங்களுக்குப் பிறகு
ஏன் பறவை புள்ளியாக மறையும்வரை தெரிகின்றது
இலையுதிர்க்கும் விருட்ஷமும்
அதன் தணிவிலோர் இருக்கையும்
கொஞ்சமே கொஞ்சம் ஆறுதல் இல்லையா
கர்ப்பம் கலைத்தவளின் தளர்நடையில் சேர்ந்துகொள்ளும்
தெருநாய் நானாக இருக்கின்றேன்
நிலை பெயர்த்து எடுக்கப்பட்ட வீட்டின் வழியே
மினுங்கும் ஒரு நட்ஷத்திரத்தின் துயரொளிக்கு மாற்று
புழு தொய்வுறும் வண்ணநூலிழை
ஆறுதலாய் வரும் இரண்டு மியாவிற்கும்
அம்மாவின் முலைகளுக்கும் எத்தனை மிருதொற்றுமை
நம் உறக்கத்தின் நெற்றி தொட்டு உவகையுற
ஒரு தொழுநோய்க் கைகளிருந்தால் போதாதா
வாழ்வென்பதே கண்ணீரில் துளிர்க்கும்
தாவரம்தானே நண்பா

மலர்த்தியானம்

நோயின் வாசலில் நின்று அல்லது கதவின் மறு புறம் நின்று
அல்லது அழகான சொற்சேர்கையின் நடுவிலிருந்து
அவர்கள் அவனை வழியனுப்புகிறார்கள்
பழைய கிட்டாருக்கெல்லாம் உள்ளே அனுமதி கிடையாது
சுகவீனம் இழந்த தோற்றத்தை கண்ணுறும் குழந்தைகள்
அம்மையின் பின்னே கடவுளைப்போல ஒளிந்துகொள்கிறார்கள்
பீடித்திருந்த நோய்மையோ அவனுள் தயவு தாட்சண்யமின்றி
சங்ககாலப்பாடலைப் போலச் செறிவோடுள்ளது
அதன் தீவிரத்திலிருந்து வரும் வலிமிகுயெண்ணங்கள்
ரூபம் தப்பிய களிறாய் மருள
தேனுண்டு திளைத்த வண்டைப்போல
அறையின் மையத்தில் கிடக்கிறான்
அந்த அறை மிகப்பெரிய மலர் போலுள்ளது
எறும்பின் வாயினால் மகளிடம் குனிந்து முத்தம் பெற்றபோதும்
யானைக் கண்களால் அழும் அளவுக்குப் பிரிவு உவர்த்தது.
அந்த மழைக்காலத்திற்கு
அவன் வெண்கொக்கு எனப்பெயர் சூட்டினான்
தூய வெண்மையின் துல்லியத்திலுறைந்த
அம்மலர்த்தியானத்தை
நான் வெறுமனே பார்த்துக்கொண்டேயிருந்தேன்

பியானோவின் நறும்புகை

ஏந்தும் விரல்களற்று தனித்த புல்லாங்குழலின் மீது
மயிலிறகைக் கிடத்தி அதன் துயரை ஆற்றலாம்
நானோ
நம் பழைய புகைப்படங்களைப் பார்த்துக்கொண்டிருக்கிறேன்.
எவ்வளவு கண்ணீர் விரயமற்ற கண்கள் நமக்கு!?
சன்னலின் வெளிர் நீலத் திரைச்சீலை
நளினிப்பது நிறைவாக இருக்கிறது
இசை எங்கிருந்து வருகிறதெனத் தெரியாத
மிரட்சியான கண்களோடு நாதப்படிகளின் மீது
ஒரு மயில் புறா நடந்து செல்லும் இப்படித்தான்
பழைய இசை தொடங்குகிறதில்லையா!
உன் கனவுக்குளிருந்து
இரண்டு கறுப்பு வெள்ளைக் கட்டைகள்
வெளியே வந்து கிடக்கின்றன
இனியந்தப் பியானோவை வாசிக்காதே எரித்துவிடேன்
அதிலிருந்து ஒரு நல்ல புகை எழும்பட்டும்

கடனில் முளைத்த பூ

தையல் எந்திரத்திற்காக வாங்கிய கடனால்
உறவில் ஒரு கிழிசல் நேர்ந்துவிடுகின்றது.
நல்லவேளை
துணைவி கத்தரி நிறத்தில் அதன் மேல்
ஒரு பூ வரைந்துவிடுகிறாள்.
ஒரு தாவரத்தைப்போல படருகின்ற கடனால்
மறைந்துகொள்ள ஒரு காடும் கிடைத்துவிடுகின்றது.
எனைத்தேடி வனம் புகும்
நண்பனின் பஞ்சரான சைக்கிளே
தயவு செய்து உன் முதலாளியிடம் சொல்
நான் சாகவுமில்லை என் பெயர் ராமசாமியுமில்லை

நீர்மட்டத்திற்கு மேலே துள்ளும் சொற்கள்

என்னைப்போல யாரும் என்னை விரும்ப முடியாது
என்னைப்போல யாரும் என்னைக் கொலைசெய்யவும் முடியாது
காற்றுக்கு விரோதியாக இருக்கிறேன் அவ்வாறே காற்றும்
மேலும் நிலத்தின் கொட்டாவியாகவும்
குழிக்குளிருந்து எழுந்துவந்து
பேசமுடியாத நாவாகவும் நானேதான் இருக்கிறேன்
வாழ்வோடு சதா நடனம்
வயிற்றில் குழந்தையை வைத்துக்கொண்டு
குலுங்கிக் குலுங்கிச் சிரித்த பெண்கள்
நடனக்கலைஞர்களைப் பெற்றெடுக்கிறார்கள் போலும்
பெயரைச்சொல்லி அழைக்கையில் நானும்
எதிரொலிக்கையில் அவனும் திரும்புகின்றோம்
சிறிய சலுகை என்னவென்றால்
அவனைக் கொலை செய்வதைப்போலே
என்னைக் கொலை செய்துவிட்டு
என்னிடம் அன்பு காட்டுவதுபோலே
அவனிடம் அன்புகாட்டிக்கொள்ளலாம்
சிலநேரங்களில் எனக்குத் திடீரென
வாழ்வதற்கு ஆசையாக இருக்கிறது என்பேன்
நீர் மட்டத்திற்கு மேலே துள்ளும்
இதுமாதிரியான சொற்களை
எப்போதாவது என்னிடம் எதிர்பார்க்கலாம்
அப்போதெல்லாம் பாறையின் மீது வண்ணக்குரூர
மீன் கொத்தியாக நின்றிருப்பான்

காக்கைக்கு அமைதி பிடிப்பதில்லை
சதா கரையும்
நாய்க்கோ
தூக்கத்தைக் குடையும் ஈயை
திக்குவாய்க்கு
வதைபடும் சொல்
எனக்கோ
கண்களில் இடித்து கொண்டேயிருக்கும் முலைகள்

❖

எந்த இடத்தில் நின்று பார்த்தால்
வாழ்வு அர்த்தப்படுகிறதோ
அவ்வளவு தள்ளியே நில்லுங்கள்.

❖

எறும்பின் வழித்தடம்

காக்கையின் நடனத்தை உணரமுடிகிற
ஆஸ்பெஸ்ட்டாஸ் வீட்டில் குடியிருக்கிறீர்கள்
ஆஸ்பெஸ்ட்டாஸ் என்பது வேறொன்றுமில்லை
தத்தளித்து மூழ்குபவையால் எழுப்பப்படும் தவிப்பின் அலை
அல்லது இறந்த சர்ப்பத்தில் ஊருகின்ற எறும்புகளின் வழித்தடம்
அங்கே தாகித்திறங்கும் வெட்கையை
உங்கள் குழந்தைகளுக்கு வளர்ப்பு மீனைப்போல
கையாளத் தெரிந்திருக்கிறது
பழுதுற்ற கித்தாருக்குள் குடியிருக்கும்
மூட்டைப்பூச்சிகள் நடுநிசியில் பாடும்
உறக்கம் பிடிக்காது உட்கார்ந்திருக்கும் உங்களை
நடுவில்வைத்து பெருமழைக்கு இரண்டிடத்தில் சொட்டுகிறது
அண்ணாந்து பார்க்கையில்
இவ்வளவு தள்ளித்தள்ளி கண்களுள்ள மிருகம்
எதுவென்று புரியவில்லை உங்களுக்கு
கண்ணீருக்கு நேரே பாத்திரம் வைக்கையில் எழும்புகிற
சொட்... சொட்... நீரோசையை நேர்செய்ய
கடவுளின் மார்பில் கத்தியைக் கொண்டு குத்திக்கொண்டிருக்கத்
தோன்றுமா? தோன்றாதா?

குருதியில் நனைந்த நிலம் - i

அழகான உலகம் மகளே
இங்கே ரத்தத்தை மட்டும் மறைத்துக் கொண்டால்
மகிழ்ச்சியாக வாழலாம்
*

நகமளவு நிலம் கொண்டவனா?
அவன் நகம் புடுங்கப்படுகிறது
ஊமையின் ரத்தத்தில் குரலை எழுப்புகிறார்கள்
*

கண்ணைக் கட்டினாலும் ஈழம் தெரிகிறது
உம்மிடம் வேறு துணியோ
துப்பாக்கியோ இல்லையா?
*

ஒரு குழந்தை இரண்டு இடத்தில்
புதைக்கப்படுகிறது.
அதனாலென்ன இந்த உலகத்தின் மௌனம்
இரண்டு மெழுகேற்றும்
*

இந்தக்கால் எந்த உடலுனுடையது!?
அதோ அந்தக் கை அதன் உடம்பை அழைக்கின்றது
தூக்கிவந்து அதன் அருகிலிடுங்கள்
இந்தக் கழுத்துக்கு
பொருந்துகிற சிரசெங்கே!?
பிள்ளையின் உடல் சிதிலத்திலிருந்து
பச்சை ரத்தமூறிய மண்ணில்
தன் விரல்களால் தாய்
பைத்தியத்தின் அகரமெழுதிப் பழகுகிறாள்
*

சமரில் பிள்ளையிழந்த
அன்னைக்கெல்லாம் முகத்தோடு சேர்த்து
மூன்று முலைகள்
ஆயுத எழுத்தைப்போல
*

நீண்ட செல்லடிகளின் ஓய்தலுக்குப் பிறகு
ஊனமுற்ற காலும்
அதற்கு இணையான கட்டையும் பேசிக்கொண்டது
இன்னும் எவ்வளவு தூரம் இருக்கின்றது ஈழத்திற்கு!?
கால் சொல்லிற்று இன்னும் கொஞ்ச தூரம்தான்
என்னோடு வேகமாகச் சேர்ந்து நட
*

தலைகீழ்த் துப்பாக்கிகள்
தவழ்ந்த குழந்தை பற்றிக்கொண்டு எழ
தலைகீழ்த் துப்பாக்கி வானத்திலிருக்கும் அமைதி
தழைகீழ்த் துப்பாக்கிகள் சிறுவர்களின் புன்னகையில்
தெரியும் பற்கள்
தலைகீழ்த் துப்பாக்கிகள் சொந்த நிலத்தில் விளைந்த பனங்கிழங்கு
மேலும் அவைதான் உலகத்தின் மிக அழகான காட்சி

❖

உறங்கும் குழந்தைகளின் முகங்களை
பார்க்கக்கூடாது என்பதுதான்
தற்கொலைக் குறிப்பின் முதல்வரி.

❖

குருதியில் நனைந்த நிலம் - ii

நானொரு நல்லமைதியின் கவிதையை
எழுதிக்கொண்டிருக்கிறேன்
என் நிலத்தில் போர் நிகழ்ந்து கொண்டிருக்கிறது
முடிவுக்கு வந்தபாடில்லை
எருமைமாடு ஈக்களைக் கூட்டிக்கொண்டு
நடப்பதைப்போல பீரங்கி வண்டியின் பின்னே
ராணுவவீரர்கள் ஓடிவருகிறார்கள்
பச்சை மரம் எரிந்துகொண்டிருக்கிறது
நிறைவு செய்யும் பொருட்டு
உயிரோட்டத்தைக் குறிக்கும்
ஒரேயொரு சொல்லைத் தேடுகிறேன்
இன்னும் எவ்வளவு நேரம்.?
*
நீந்திக்கொண்டே முட்டையிடும் மீன் போல
அந்தப் போர்விமானம் என் நிலத்தில் குண்டுகளை இடுகிறது
நாங்கள் சிதறி ஓடுகிறோம்
உடல் இவ்வளவு பெரிதாய் இருப்பது குறித்த துயரோடும்
மொழி நாவிலிருந்து விழுந்துவிடாத அச்சத்தோடும்
ஒவ்வொரு வெடிப்புக்கும் பூமி ஓர் அடி உயர அதிர்கிறது
குழந்தைகள் தூக்கி வீசப்படுகிறார்கள்
மீண்டும் மீண்டும் இந்த நிலத்திலிருந்து
*
கற்பனை செய்ய முடியாத இருளின் அடர்த்திக்குச் சென்று
வெடித்துச் சிதறும்படி கண்களைப் புதைத்துவிட்டுவந்தேன்
சுதந்திரத்தின் பேரொளியை அவை கனவு காணட்டும்
தானாய் அமைதி திரும்பாது
அமைதி,
பாய்ந்துகொண்டிருக்கும் தோட்டாவிற்கு
பின்னே இருக்கிறது

❖

சாம்பல் கிண்ணம்

கண்ணீர்விட்டழுகாத நோவுகளை
பஞ்சில் வடிகட்டிப் பருகியதுண்டா!?
இந்தப் பூமியை சாம்பல் கிண்ணமாக்கி
என் ஆயுள் முழுக்க புகைக்கவேண்டும் போலிருக்கிறது.
மேலும் சாம்பல் சூழ பூனை நிறத்தில்
மாறும் இந்தப் பூமி
இரவில் மிகச்சாவதானமாய்
என் அழுகையை ஒரு குழந்தையைப் போல
அழத்தொடங்கும்தானே!?
இப்போதும் சாம்பல் உதிர்க்க மறந்து
புகைத்துக்கொண்டிருக்கிறேன்
நினைவுகளில் நழுவுகிறது அஸ்தியைக் கரைத்த ஆறு.

நோயுற்ற வாகனமே

நடுநிலை தாண்டிய வெப்பமானியின் முள்
எனை நடு ரோட்டில் வைத்து
நடு நெஞ்சில் குத்திற்று
கொந்தளிப்பான இயந்திரத்தின் வடிவத்திலா
தொடங்க வேண்டும் இன்றைய நாள்
நோயுற்ற என் இனிய வாகனமே
நீ எழும்பிய கரும்புகைப் பின்னணியில்
நம் இருவருக்குமான துர்தேவதைகள்
நடனமிட்டார்கள் கவனித்தாயா
உன் சேதாரத்திலிருந்து ஒழுகிய எண்ணெயில்
மினுங்கும் வயலின்
இன்றைய வருமானத்தின் மீது
ஒலிக்கிறது
'ப்ச்' போகட்டும் விடு
பழுதுநிலையத்தில்
நிறுத்திவிட்டுத் திரும்புகிறேன்
உனக்கென்ன நீயொரு
புத்த சிலைபோல் நிற்கிறாய்

பாகற்கொடியில் பூத்திருக்கும் இளங்கசப்பு
எனை மகிழ்விக்கின்றது
சிதிலங்கள் அழகிற்கு இணையில்லை
சீர்மிகு நிலவு
Mr.ரகுவரன்

❖

சிறிது தூரம் பின்தொடர்கிறது நாய்
அவ்வளவு தூரம்தான் வாழ்வு
அவ்வளவு தூரம்தான் நம்பிக்கை
அவ்வளவு தூரம்தான் ஏமாற்றம்
அவ்வளவு தூரம்தான் நான் நீங்கள் நாய்

❖

காய்ந்த சருகைப்போல
விரல்களில் சரசரக்கிறது
தும்பியின் சிறகு!
விடு போகட்டும்
அந்த இலையுதிர்க்காலம்

❖

டிரம்ஸ் ஒலி

இரண்டாயிரத்து நாற்பதில்
நான் புல்லட் வாங்குவேன் என்கின்றாய்.
நண்பா... எனது இதயத்திற்கும்
புல்லட்டின் ஓசைதான்
நீ எப்படியும் முப்பதின் வழியாகத்தான் போயாகவேண்டும்
முப்பதின் திருப்பத்தில்
எனது புல்லட்டோடு நான் நிற்பேன்.
எனைப் பார்த்துவிட்டுப்போ.
அந்த ட்ரம்ஸொலியின் பின்னணியில் இருவரும்
மறையப் போகின்றோம்தானே
சரி வா இப்போது சிரிப்போம்
மசகு இன்றி உராயும்
நம் பழைய மிதி வண்டிகளைப்போல

❖

நிலவைக் குடியுங்கள்
அதுதான் தலைகீழாய்ப் புதைக்கப்பட்ட
உலகின் மிகப்பழைய வைன்
கூழாங்கற்கள் குடிக்கின்றன
நீர் வெளிச்சமானது

❖

TN 68M 6561

வாங்கியவனின் இழுப்புக்கு
வளர்த்தவனைப் பார்த்துக்கொண்டேசெல்லும்
வளர்ப்பு மிருகத்தின் துயருருவம்
தினமும் கனவில் வந்துவிடுகின்றது
எங்கோ ரைடரை இழந்த
ட்ராகனின் கண்ணுக்குள்
வான் அணைகிறது
சாலையோரத்து வாழ்வின் சித்திரங்கள்
இனி மெல்லச்சிதையுறும் தானே!?
இரவுக்குள் அழுகிறேன்
எனக்கு
என் கண்ணீருக்கு அந்த வைப்பர் வேண்டும்

❖

யாரும் தட்டாத கதவினை
நீ தட்டுவதாய்
அன்பின் பிரமை
ஒலியெழுப்பும் அவ்வப்போது
அதற்காகவேனும்
சாத்தியே இருக்கட்டும்
நம் உறவின் கதவுகள்

❖

நிலவைப்போல
காற்றைப்போல பறவையைப்போல
வீடு மிதக்கும்
காலம்தோறும் நானும்
அம்பெடுத்துப் பூட்டுகிறேன்
காலம்தோறும்
சுவரில் ஆணியடிக்க அனுமதியில்லையென்கிறார்
வீட்டு உரிமையாளர்

❖

அவளொரு வயலினிஸ்ட்

பெண்மையின் பொருள்படும் நிழலும்
அன்பு திரண்ட கனியுமாக
தன்னை மூடிக்கொள்ளாத அம்மரம்
எப்போதும் திறந்திருந்தது
கன்னி மரியாவைப் போல அவளுடைய
கண்களின் ஆழத்தில் எப்போதும்
இரக்கத்தின் சொல் இருக்கும்
அவள் ஒரு வயலினிஸ்ட்
கிழிந்த ஆடைகளை
சிறு ஊசியால் வயலினைப்போல மீட்டுவாள்
அந்த இசையை நாங்கள் உடுத்தியிருந்தோம்
அவளே எங்கள் வீடாகவும் இருந்தாள்.
அவள் எங்களை குதிரைக்குட்டிகளே தீக்கொழுந்துகளே
என்றழைப்பாள்
திரும்பும்படி இல்லாத வானத்தில்
நாளொவ்வொன்றும்
பறவையாகயிருந்தன
மேலும் அது பறத்தலின் காலமாய் இருந்தது
நத்தையின் மீதேறி
தானடைய விரும்பும் ஒளியை நோக்கிச் சென்றாள்
அன்று
உலகத்தின் மிகப்பெரிய மலர் அவள் மடியிலிருந்தது

❖

நீர்ச்சுகம்

தூக்கிக்கொஞ்சாத குழந்தையாக அலைதுஞ்சும் கடல்
பெரிய ஞானம்
காலப்பள்ளம்
மனவிகாசம்
நீரினடியில் இருக்கின்ற
இருளே வேரிலும் தண்டிலும் இருக்கிறது
நீரினடியில் இருக்கின்ற இருளே
மலைக்குள்ளும் கருந்துளைக்குள்ளும் இருக்கின்றது.
நீர்தான் யாவுமாக இருக்கிறது
நிலத்திலிருந்து நீருக்குள்
தீபத்தைக் கொண்டு செல்ல இயலாதுதானோ மரணமென்பது
வாழ்வின் இறுதியாக
நிலம் முடிவடைந்து மரணத்துக்கு அப்பால்
நீர் தொடங்குகிறது
நீரே தெய்வத்தின் பேரெழில்

இருளைப் பேணுதல்

வலியென்பது
உடலில் ஏற்றிவைக்கப்படும் ஜோதி,
இருளைப்பிளந்து அது பரவுகிறது
இறந்தவர்களின் உலகத்தில்
எல்லோரும் பிறப்புக்கு அஞ்சுகிறார்கள்
கோபத்தில் பிறந்து போவாயென்று
சாபமிடும் அவர்களின் உலகத்தில் மேகமோ
அதனூடே பறக்கும் புல்லினங்களோ கிடையாது
பிறப்பு வெளிச்சத்தின் ஆரம்பநோய்
என அங்கே நம்புகிறார்கள்
*

நவீன ஓவியத்தில் நிறங்கள்
மன உணர்வுகளைச் சுட்டுகின்றன
வெள்ளையும் மஞ்சளும்
உயிர்த்தொடக்கத்தின் மூல நிறங்களாகின்றன
இவைதான் துயருக்கான நிறங்கள்
குருதி வடியும் கர்த்தரின் முன்னால்
தங்கள் வெள்ளை விரல்களை நிறுத்தி
இனி யாரையும் காயமிக்கப் போவதில்லையென்று
ஏற்றிவைக்கிறார்கள்
எத்தனை எத்தனை நகங்கள்!?
எத்தனை மஞ்சலொளிப்பாவங்கள்?!
*

நிலவு என்பது
கடந்த காலத்திற்கான நுழைவாயில்
வெளிச்சம் இப்படித்தான் நம்மை
இருளுக்குள் கவர்ந்து கொள்கிறது
கடந்த காலத்திற்குள் நுழையும் வாளி
ஒளிச்சிதைவைத் ததும்பவிட்டுக்கொண்டு வருகிறது
நிலாவில் நான்கு குழந்தைகளின் தாய்
வெளிச்சத்தைச் சுண்டக் காய்ச்சுகிறாள் என்றும்
நம் எல்லோருக்குமான
கண்ணீரென்பது வெளிச்சத்தின் நீர்மமாக
அங்கேதான் உற்பத்தியாகிறது என்றும்
பலங்குடிக்கதையொன்று உண்டு
*

அவர்கள்
நிம்மதியில் திளைத்திருக்கிறார்கள்
ஒளியை உள்ளே அனுமதிக்கமாட்டார்கள்
அதனால்தான் நாம் கல்லறைக்கு
வெளியே விளக்கேற்றுகிறோம்
ஒளி துயரக்குறியென்பதை
அம்மா நட்சத்திரமானதில் அறிந்தேன்
ஆக வனத்திற்கு மாமலர் சருகுகள்தான் நம்புங்கள்
*

இருள் எளிதில் மனதை இலகுவாக்குகிறது
நீள் செவ்வகமான இருளை
சவப்பெட்டிகள் விளையும் மரத்திலும் பெறலாம்
சிலுவையுள்ள புதைமேடுகள் எப்போதும்
ஒன்றைக் கூட்டுவதற்குத் தயாராக இருக்கின்றன
மண்டியிடுவது தலைசிறந்த விடுதலை
இருளில் மலர்வளையத்தைப்போல உடலை
கீழே வையுங்கள் அழுகை என்பது
மேன்மையான இருள்
தொண்டைக்குள் இருந்து ஒரு நதி
எந்நேரத்திலும் பாயலாம் என்பதைப்போல இருக்கிறதா
உடனே இருளுங்கள்

❖

இனிப்பின் பாதையிலிருந்து உயிர்த் திரும்புதல்

சமீபமாக எனதுடல் முழுக்க
ஆரஞ்சு பழத்தின் வாசனை வருகிறது
நானோ எந்தத் தோட்டத்திற்கும்
உரிமையாளனுமில்லை
நாக்குகள் கரைபுரண்டோடும்
நதிக்கரையில் அமர்ந்திருக்கிறேன்
அக்கரையினோரத்தில் குழந்தையின் கைப்பிடித்து
மனைவி விளையாடிக் கொண்டிருகின்றாள்
இறகுப்பந்தைப்போல் இருப்பதால் எனை
எறும்புகள் கூடிப் புற்றுக்குள்
இழுத்துக்கொண்டு போயின
நுழைவாயிலின் முன் தப்பித்து வந்துதான்
இதை நான் உங்களுக்காக எழுதிக்கொண்டிருக்கிறேன்
மழையில் நனைந்த
வாழையிலைகளைப் பார்க்கையில் பசிக்கின்றது
இரவானால் சர்க்கரை டப்பாவிற்குளிருந்து
நாராசமான குரலில் யார்யாரோ பாடுகிறார்கள்
எனக்குப் பயமாக இருக்கின்றது
வேப்பங்காயில் பால் சுரக்கும் காலத்தை
நான் பெற்றெடுத்துக்கொண்டிருக்கிறேன்..

ஓர் இரவென்பது
நான்கு முனைகளுடன் கூடிய
சதுரமான காகிதமாய் இருக்கிறது
நகரத்தின் மையத்தில்
போஸ்டர் ஒட்டும் சிறுவனுக்கு
அவன்தான் இரவின் மீது
பசை தடவி
இந்தப்பூமியில் ஒட்டிவிடுகிறான்.

❖

பச்சை நுங்குகளென
பருவம் துருத்த ஒட்ட மடை வயலுக்கு
எருக்கொட்டப்போகிறாய்...
மாடுகளை ஓட்டிக்கொண்டு
நானும் பின்தொடர்கிறேன்...
ஊரறியாமல் நாம் காதல் வளர்க்கவே
நம் கால்நடைகள் சாணமிடுகின்றன

❖

பலிபீடங்கள் அழைக்கின்றன

சித்தப்பிரமைக்கு அருமருந்தாகும்
இம்மலரை நான்
காம்போடு ஏந்திக்கொண்டிருக்கவே விரும்புகிறேன்
அது கண்களை கலைடாஸ்கோப்பாக்கி
அன்பின் முப்பரிமாணங்களைச் சுழற்றிக்காட்டும்
எல்லாப் பலிபீடங்களும்
ஒரு நட்சத்திரத்துக்காக காத்திருக்கும் ஒயிலை
நீங்கள் பார்க்கவேண்டுமே!?
நிழலைப் பேசவைக்கும் இம்மலரோடு
சிலநேரம் நான் இரவுக்குள் துணிவேன்
அதன் வாசனை மனவசியம் செய்யும்
அப்போதெல்லாம் காமத்தின்
இருள் நிறைந்த அதன் ஆழத்திற்குள்
கல்லை வீசிவிட்டு
வேடிக்கை பார்த்துக்கொண்டிருப்பேன்
நீண்ட நேரமாகியும் நீரின் சத்தம் எழாதது
எனக்குப் பேருவப்பாக இருக்கும்
ஒவ்வோர் அந்தியிலும் இப்படித்தான்
மலரால் அடிவயிற்றில் கொள்ளி வைத்துக்கொள்ளும்
பழக்கம் வந்தது

❖

பார்ன் ஸ்வாலோ எனும் பறவை

முற்றுமிணையாத இமைகளுக்குள்
கருவிழிகளிரண்டும் மழைக்குப்பிறகான
தெளிந்த நித்தியத்தைத் ததும்பவிட்டுக் கொண்டிருக்கின்றன
அதைக் கண்கள் என்பதை விட
சூன்யத்தில் மிதக்கும் தத்துவங்களெனலாம்
வானேகும் முன்பு
கடலின் விஸ்தீரணத்தை
பார்த்துக்கொண்டிருக்கிறது பார்ன் ஸ்வாலோ
என்னும் வினோதப்பறவை
ததாகரின் பெரிய காதருகில் துயரின் சிறு சொல்லாக
நான் நின்றுகொண்டிருக்கிறேன்
தவம் கலைத்த மலையாகக் கானகத்தில்
எங்கோ
யானை அசைகிறது
பிரம்மாண்டங்களின் முன்
தன்னை எப்போதும் ஒப்படைத்துக்கொள்ள
பழகியிருக்கிறது மனம்
வேனலில் நடுக்கமுறும் அரசமரத்தின்
வால் முளைத்த இதயங்கள் விடுதலையின்
பழுத்த நிறைவை அங்கு வேண்டி நிற்கின்றன

ஆறாம் திணை

இந்த வாழ்வில் என்ன இருக்கிறதெனத் தேடினேன்
என்னோடு ஒரு மருத்துவச்சியும் தேடினாள்
அப்போதுதான் முதன்முறையாக
சுடரைப் பெற்றெடுத்துக்கொண்டிருந்த
பெண்ணுறுப்பைப் பார்த்தேன்
அச்சு அசல் அது
மாடத்தில் விளக்கெரிவதை ஒத்திருந்தது
நெல்லிக்கட்டையூறிய
இனிப்புக்கிணற்றின் தண்ணீரை
கைகளில் அள்ளினேன்
அதன் முதல் சுவாசம் பின்னப்பட்டது
ஆகாசமயத்தோடு
வலியும் வலிசார்ந்த இடமும் ஆறாம் திணை
இச்சிற்றுடலின் உறக்கத்தின் மீது
பெயர் எவ்வளவு நீளக்குச்சி
இச்சிற்றுடலின் உறக்கத்தின் மீது
பெயர் எவ்வளவு பெரிய பாரம்
இச்சிற்றுடலின் உறக்கத்தின் மீது
பெயர் எவ்வளவு ஆழ்ந்த தூண்டில்
இந்த வாழ்வில் இப்போது எனக்கென
நான் சூட்டிய பெயர் இருக்கிறது
பொன்மடலின் அருகே
அதை நான் மெல்ல உச்சரிப்பேன்

பசியை மடைமாற்றுதல்

எதிர்பாராத ஒருநாளில்
பிரியமான மலை முகட்டில் வேம்பு வளர்ந்திருந்தது
காம்பினில் வாய் பொருத்தமுடியாத
இளங்கசப்பை இப்போதும் நினைத்துப்பார்க்கிறேன்
பட்டு ரோசாச் செடியின் இலைபோன்ற
சின்னஞ்சிறு நாவுக்கு
கள்நறவ மொக்காகக் கட்டைவிரலை அனுப்பி
சமாதானம் பேசியதையும் நினைவில் மீட்கிறேன்
இப்போது அம்மாவிடம் இருப்பதெல்லாம்
நிலச்சரிவு நேர்ந்த இரு மலைகள்
மூன்று சுருக்குப்பைகள்
பசியாடிக் களைத்த இரு ஊஞ்சல்கள்
அன்பு தோய்ந்த மலர்கள்
தூக்கணாங்கூடுகள்
மீசையரும்பிய உதடுகளால் யாருமற்ற அறைக்குள்
நின்றதன் பெயரைத் தனித்தனியே
வலதும் இடதுமாய்ச் சத்தமாக
இரண்டுமுறை உச்சரித்துப் பார்க்கிறேன்
அம்பலத்தாடியே..
அழும்போதெல்லாம்
முலைகளைப் பற்றிக்கொண்டு வளர்ந்தது
எவ்வளவு பெரிய தவறாகிவிட்டது!?

குஞ்சுமணி

நாமெல்லாம் ஒருநாள்
இன்மைக்குள் நுழையப்போகிறோம்
எவ்வளவு அடர்ந்த இருளின் மகாசமுத்திரமது
எல்லோருக்கும்
எடுத்துக்கொண்டு போவதற்கென
கடைசியாக ஒரு முகம் கொடுக்கப்படுகிறது
எல்லாவற்றிற்கும் முடிவு இருக்கிறது
அதற்கெனக் காத்திருக்க
வயோதிகம் வழங்கப்பட்டிருக்கிறது
வெற்றிலை வாங்கிக்கொடுக்கும் சிறுவர்கள்
அவ்வப்போது பொக்கை வாயிலிருந்து
வெளியே குதித்து ஓடுகிறார்கள்
அந்தக்காலத்தில் என்ற சொல்லை
இளமையின் அருகாமையிலிருந்து அவர்கள்
உச்சரிக்கும்போதெல்லாம்
யாரோ பின்னணியில் வயலின் வாசிக்கிறார்கள்
மகள் வழிப்பேரனின்
குஞ்சுமணியில் மூக்கை உரசிக்கொள்ளும்
மூதாட்டிக்கு மனங்குளிர் நிறைவின்
மணியோசை கேட்கிறது
அருகில் சென்றாலும்
பறக்காத காக்கையின் சுபாவம்
வதங்கிச்சோர்ந்த அந்த உள்ளங்கைகளுக்கு
சுழல்கின்ற கூர்மையின் உன்னிப்பை
மெதுவாக அதில் இறக்கிவிடுங்கள்
உங்கள் உலகம் அந்த உள்ளங்கையில்
சிறிதுநேரம் சுழன்று சரியட்டும்

பட்டினிச்சித்திரங்கள்

குறிப்பு - வழிவளை - ஸ்டியரிங்

வட்டநாதங்கி சுழற்றி
ரகசிய அறை திறக்கும்
பழைய வில்லனைப்போல
மார்புக்கு நேரிடை வழிவளை சுழற்றி
வாழ்வைத் திறக்கின்றோம் அனுதினம்

சிவப்பு எம்மை
வறுமையின் கோட்டில் நிறுத்திவைக்கையில்
ஓடிவந்து யாசிப்பவர்களுக்கு
கொய்து தரவியலாது
சிக்னல் கம்பத்தில் கனிகிறதொரு ஆரஞ்சு
உந்து விசைதரும் எம் குழந்தைகளின்
கையிலோடும் பச்சை நரம்புகள்
கலைந்த நூற்கண்டாக
குலைந்து கிடக்கும் நகரத்துச்சாலையில்
முடிவின்றி அலைந்து திரிகின்றோம்
இந்த நள்ளிரவு முதல்
டீசலுக்காக நீங்கள் குறைத்த
ஆறு காசுகளில் அரை டஜன் ஆப்பிளும்
நான்கு ரொட்டியும்
வாங்கமுடியுமெனில்
பதிமூன்று வேகத்தடைகளுக்கப்பால்
பட்டினிச்சித்திரங்களாய்
படுத்துறங்கும்
என் குழந்தைகளின்
காத்திருந்த வயிற்றில்
முத்தமிட்டு எழுப்பிடுவேன் நான்

ஈரக்கூந்தலின்
நுனிபோல் இருக்கின்றன இமைகள்
கண்ணீரைக் காட்டிக்கொள்ளாத அழுகை
என்ன அழுகையோ போ

❖

சில்லறை மீன் வியாபாரி
விபத்துக்குள்ளாகிக் கிடக்கின்றான்
கூடையிலிருந்து சிதறிய மீன்கள்
அவன் குருதியில் நீந்திக் களிக்கின்றது
பாவம் வியாபாரிதான்
காற்றுகுடித்து மூர்ச்சையானான்..
தவிர
வண்ணமீன்கள் சுற்றும் தட்டைப்பேழைக்குள்
நான் என் சைக்கிள் பெல்லை அடித்தபடி
கவனமாய் நீந்திவந்தேன் என் வீட்டிற்கு

❖

பன்னாட்டு முனையம் T4

மேற்கூரை உடைந்து விழுகாத
மீனம்பாக்கத்தின் அதிகாலையில்
நீருக்குள் வைத்த காகிதமென மேலெழும்புகிறது
எங்கள் இருவருக்குமான பரிதி
நாளை வேறு வேறு வானம்
வேறு வேறு விடியல்
நிமிடங்கள் கரைய
கையசைத்து விடைபெறுகிறான் கட்டடவேலைக்காக
கடல் தாண்டும் கணவன்
கரையில் தலை வைத்துக்கிடக்கும்
ஒரு திமிங்கிலத்தின் திறந்த வாயை
ஒத்திருக்கிறது பன்னாட்டு முனையம் T4
திரும்பிப் பார்த்தபடியே
அதன் தொண்டைக்குள் விழுந்து
மறைந்துபோகின்றான் என் மணாளன்
காலம் எங்கள் பிரிவைச்
சுவைக்க ஆரம்பிக்கிறது
வழியனுப்பிவிட்டுத் தனியாக
ஊர் திரும்பிக்கொண்டிருக்கிறேன்
சிங்கத்தின் திறந்த
வாய்க்குளிருந்து தண்ணீரும்
என் கண்களிலிருந்து கண்ணீரும் வழியெங்கிலும்
வழிந்துகொண்டிருந்தன

தவிப்பின் நிழலில்

குழந்தையைக் குளத்துக்குள்
சாகக்கொடுத்து மனப்பித்தானவன்
தான் காண்கின்ற
கண்ணாடிக் குளத்திலெல்லாம்
கல்லெறிகிறான்
வளையங்களுக்குள்
நெளிந்து நுழையும்
தன் பிம்பத்தை வெளியில்
எடுக்க விரும்பாதவனாய்
கழுத்து நிறைய வட்டவளையங்களை
மாட்டிக்கொண்டு
ஆனந்தக்கூத்தாடுகிறான்
குழந்தை கிடைக்கும் வரை
அவன் பாதையில் குளமும் கல்லும்
கிடைத்துவிடும்படி
வடிவமைத்திருக்கிறான் இறைவன்

நீரிலும் மெல்லிய

எல்லோரும் எங்கோ விரைந்து செல்கிறார்கள்
காரியங்கள் நட்சத்திரங்களைவிட
அதிகமாக மினுங்கி ஈர்க்கும் தன்மையோடிருக்கின்றது
ஆகாயவினைகள் ஏதுமின்றி நிற்கும்
பறவையை மனதுக்குப் பழக்குகிறேன்
மெல்ல புன்னகை மறைகின்ற குழந்தையின்
உறங்கு முகத்தைப் பார்ப்பதைப்போல
கடற்கரையில் மல்லாக்கப் படுத்துக்கொண்டு
நகர்ந்துபோகும் நட்சத்திரத்தைப்
பார்த்துக்கொண்டிருக்கிறேன்
அதுவும் நகர்ந்துபோகும் நட்சத்திரத்திற்காகவே
இப்பிரபஞ்சம் முழுக்க நில்லென்ற சொல்லாக
மாறியிருந்த நூற்றாண்டுக்கு
முந்தைய கணத்திற்குள் கால்நீட்டியபடி
கிணற்றிலிட்ட இலை நீரைச் சேர்வதைப்போல
ஒரு மிக மெல்லிய குழைவு தேவையாக இருக்கிறது
ஏன் எல்லோரும் எங்கோ விரைந்து செல்கிறார்கள்?

❖

கிளிகளோடு பறந்து செல்லும் அம்மாவின் மூக்கு

அம்மா ஏன் அழுகிறாள் என்று
அறிய முடியாதபடி சிறிய மகரந்தக்கொம்போடு
வெளிர்நீலப்பூ என் வயதில் பூத்திருந்தது
*

அம்மா என் முதுகிற்குப் பின்னால் நின்று
கண் கலங்கியபடி
ஊஞ்சலில் வானேற்றுவாள்
கால்களை வானுக்கு உயர்த்திச் சென்றும்
அம்மாவின் கண்ணீருக்கே
திரும்பிவருவேன்
*

என் சிலேட்டைப் போலிருக்கும் இரவில்
பல்பத்தால் கோடுபோட்டது போல
அம்மா அழுவாள்
அம்மா அழுவதை யார்தான் தாங்குவார்
அப்பாவைத்தவிர
*

சாராய வாடை
அறவே விரும்பாத மூக்கு அம்மாவுடையது
கிளிகளோடு பறந்து செல்லும்
நகத்தால் கிள்ளிக் கொஞ்சமாய்
பூ வைத்துக்கொள்வாள் அதன் வாசத்துக்கு
*

எல்லோரும் உறங்கிய பிறகு
அம்மையின் கண்ணீர்
மாணிக்கத்தைப்போல ஒளிரும்
அந்த ஒளியின் துணை கொண்டே
அப்பா தள்ளாடி வந்து
அம்மாவின் அருகில் உறங்குவார்
*

அம்மாவின்
அழுகைக்கான காரணங்கள்
ஏழு தெரு தாண்டி
ஏழு கடை தாண்டி
மூன்றாவது மேசையில் இரண்டுபேரோடு
மதுவருந்திக்கொண்டிருக்கும்
அப்பாவுக்குள் இருந்தது
*

அம்மா அழுவதை
நான் அடிக்கடி பார்த்திருக்கிறேன்
காகங்கள் உடலிலிருந்து வெளியேறும்
துர்கனவைப் போலிருக்கும்
நானதைக் கலைப்பதற்காக
என் கண்களைத் திறந்து திறந்து மூடுவேன்
*

பெரும்பாலும் அம்மா அழுகையை
காற்றில் விடமாட்டாள்
சேலைத் தலைப்புக்குள்தான் அழுவாள்
அதுவும் நோய் தீர்க்கும் மலரைப்போல
கைகளில் ஏந்திக்கொண்டு
*

அம்மா அழுதாளென்றால்
வீடு நீர் விழுந்த ஓவியம் போலக் குலையும்
அல்லது
நிலம் விழுந்த மச்சம்போலத் துள்ளும்
பின் தற்கொலை செய்து கொண்ட
நாயகிகளைக் கனவுக்குள் ஏவும்
*

அம்மாவின் சேலை
என்னை அழைத்து அழைத்து
கொடியிலுலரும்
பருத்திநூல் சேலை
சரியான அழுகை விழுங்கி தெரியுமா!?

❖

நம்பிக்கை எனும் அதிமதுரம்

திடீரென்று அன்பைத் தொலைப்பது
தலையணையின்றிப் படுத்திருப்பதைப்போல் உள்ளது
எல்லோரும் கைவிட்ட இரவில்
நிலா சற்றுக் கூடுதலாக ஒளிர்வது
இதம் தரும் ஆறுதலாக உள்ளது
இப்பெரு நகரத்தின் நடுநிசியில்
வெந்நீர் காயவைப்பது
தனிமையைக் கொதிக்கச்செய்து
மனதை ஆறவைப்பது இல்லையா.!?
எனக்கு நம்பிக்கை இருக்கிறது
நான் வாழ்வேன் இன்னும் மதுரத்தோடு...
இன்னும் அதிமதுரத்தோடு.....
சுவாசிக்கச் சிரமமற்ற வெட்டவெளியில்
பூரணச் சந்திரனை நோக்கி ஓடுகிற
வெளிச்சமான நதியில் கால் நனைப்பேன்
அதன் குளிர்மை எப்போதும் என்னை
சோர்வடையச் செய்யாது
மிதந்து போகின்ற ஊதா நிறச் சங்குப்பூக்களை
நம்பிக்கையின் பெயர் சொல்லி விளிப்பேன்
எல்லோரும் முகக்கவசமின்றிக் கூடிச் சிரிப்போம் அந்நாளில்.

துரோகத்தின் பதம்

மனிதர்கள் மனிதர்களைக் கைவிடுகிறார்கள்
இரண்டு துளசியிலையைக் கிள்ளுவதைப் போல
மிக மெதுவாக அது நிகழ்கிறது
நேசங்கள் மரித்து எல்லாமும் மாறிவிட்டன
எப்போது மாறியது என்றே தெரியாத வண்ணம்
தன்னியல்போடு அது நிகழ்ந்திருக்கிறது
நான் அமைதியாக இருக்கிறேன்
நிகழ்தலை அதன் போக்கில் பார்த்துக்கொண்டிருந்தேன்
என்னை யாரும் கவனித்ததாகத் தெரியவில்லை
ஆம்,
கைவிடலின் ஒன்று கலந்த துளசிவாசம் காற்றில்
அவர்கள் சொல்லை வலியுணராதபடி
திருப்பி எடுத்துக்கொள்வதில்
வல்லவர்களாக இருக்கிறார்கள்
ஆனாலும் உள்ளே இறங்கும் துரோகத்தின் பதம்
ஓர் அழுகையை நிகழ்த்தாமலில்லை

குட்டி யானையில் சாமான்களை
ஏற்றிக்கொண்டிருக்கிறேன்.
பெரிய யானையாய் இருக்கிறது
சொந்தவீட்டுக்கனவு!

❖

நிலவொளியில் உலர்ந்த ஆடை

அச்சட்டைப்பைக்குள் கொஞ்சம்
ஒளி இருக்கிறது அது ஒளிர்கிறது,
எனக்குத் தெரிந்து நிலவொளியில்
உலர்ந்த ஆடையை அவன் உடுத்தியிருக்கக்கூடும்
ஒளியை எடுத்துச் செலவு செய்து
எதை வாங்குவது காதலின் அருகாமைக்கு!?
எனக்காக ஏதாவது வாங்கவும் விரும்புகிறான்
மலர்களைக் கேட்கலாம்
மாலையில் காணக்கிடைக்காது
மஞ்சத்தைக் கேட்கலாம்
வயோதிகத்திற்கு உதவாது
பிடித்த மீனை இறக்கிவிடுவதுபோல
இரவின் நதியிலே விடச்சொல்லிவிட்டேன்
மஞ்சள் நிறக்கோழிக்குஞ்சைப்போல
வெளிச்சம் ஓடுகிறது அதன் மூலத்திற்கு

❖

ஒளியால் தொடுதல்

அது எளிமையானது
மலை முழுக்க அமர்ந்திருக்கும்
அமைதியான பறவையைச் சுட்டுவதைப்போல
அது மிக எளிதானது
நீ நினைத்துக்கொள்
நீ நினைத்துக்கொண்ட நட்சத்திரத்தை
சரியாகச் சொல்கிறேன்
இறந்தவர்களெல்லாம் நட்சத்திரமாவார்களென்பது
எத்தனை ஒளியாண்டின் நிறைசொல்லாக இருக்கும்!?
வெளிச்சம் முலைகளுக்குள் நுழைந்து நுழைந்து வந்தது
இந்த வெளிச்சம் தாய்ப்பாலின் வெளிச்சம்
ஒளியின் நீட்சி நாம்
பார்
மூதாய் மார்பின் நூற்றாண்டுக்கு முந்தைய திருக்கண்களில்
ஒளி சுரந்து நிற்கின்றது
என் பிள்ளைகள் எனைத் தேடப்போவதில்லை
நானவர்களை மரணத்துக்கப்பால் ஒளியால் தொடுவேன்
ஆம்
ஒளியால் தொடுவேன்

X

மேகங்களுக்குள் மறைகிறது புகைவண்டி
நிலா அதன் கடைசிப்பெட்டி
நற்கணம் முடிவுற்ற வீழும் நட்சத்திரம்
ஆழிக்குள் ஆமையாக நுழைகிறது
கறுப்பு அங்கியை
வெள்ளை நூல்கொண்டு தைத்ததுபோல
இராத்திரியைக் குறுக்குத் தறித்துப்போகின்றன
வெண்பறவைகள்
சூழல் தீமையின் நிறமாக
யானையின் பழுதுற்ற கால்கள்
சோபை வனத்தைக் கடந்து தண்டவாளம் ஏறுகின்றன
பாதையில் பற்றுக்கம்பிகளற்றுத் துவழும்
மலர்க்கொடி காற்றுக்கசைகிறது
கூகை இப்போது முழுக்கோணத்தில்
தலை திருப்பிக்கொள்கிறது
பூப்பிதம் ததும்பும் அம்மலருக்குள்
ஒரு சேர நுழைகிறது அப்பேருருவும் தண்டவாளமும்

❖

கூடு மீன் கூடிவிளையாடிச்சாவ
கடல் தனித்து வாழ்ந்து தொலைக்கிறது

❖

கவிதை என்ன செய்யும்
பிரார்த்தனையேற்றுக் கரையும்
கற்பூரவில்லைபோல்
எரிந்துமுடியும் அவ்வளவுதான்

❖

குழலில்
ஒரு துளையிரவாகிக் கிடக்கின்றேன்
ராஜா கிட்டாரிலிருந்து திரும்பும் முன்
அருகில் வாயேன் மறு துளையாக......

❖

பார்வையற்றவரின்
இமைகளைத்தொட்டு
ஒரு நதியை வரையுங்களேன்
பெயரற்ற நிறங்களில்
பெருக்கெடுத்தோடும்
அந்த நதி

❖

உயிர் எனும் உருண்டோடும் பந்து

சிறுவன் கைகளில் வைத்திருக்கும்
பந்து போல இருக்கிறது
முதிய மனது பற்றிக்கொண்டிருக்கும் உயிர்
விட்டுக்கொடுக்காமல் போராடுவதால்
வலியும் வேதனையும் அறை முழுக்க வியாபித்திருக்கிறது
உறவுகள் சூழ இலகுவாக வேண்டுகிறார்கள்
தானாக நழுவவிடப்படும் எதுவும்
இரண்டுமுறை மேலெழும்பி உருண்டோடப்போகிறது
அவ்வளவுதானே

அம்மாவை யாரோ கொல்லப் பார்க்கிறார்கள்

பொன்வண்டு
தீப்பெட்டிக்குள் இருப்பதைப் போலத்தான்
அம்மா இந்த வீட்டுக்குளிருக்கிறாள்
அம்மாவின் வளையலை உடைத்தது
யாருடைய கரங்களோ
அது எனக்குத் தெரியாது
தண்ணீர் குடிப்பதற்காக
நள்ளிரவில் எழுந்தபோதுதான்
அதைப்பார்த்தேன்
அம்மாவை
அம்மாவின் மீதேறி யாரோ கொல்லப் பார்த்தார்கள்

'மியாவ்' என்பது அன்பின் மிகுதி

பூனையின் சிறுநீர்தான் இரவினில் ஒளிர்கிறது
நானோ விலைமதிப்பில்லா
துயரத்தின் கண்ணீரென்று நினைத்திருந்தேன்
சின்னஞ்சிறிய வெளிச்சமான குளங்களை
அவை ஆங்காங்கே வீடுகளுக்குள் வார்க்கின்றன
இருளுக்குள் மறைவது
விரக்தியாக நடப்பது
ஏக்கமாகப் பார்ப்பது
அருகாமையைத் தவறவிட்ட குரலாக
மியாவிப்பதென
துயரைத்தான் எல்லோரும் பூனையாக்கி
வளர்த்துக் கொண்டிருக்கிறோம்
அங்கே அவன் கால்களை உரசுவது
யாருடைய அன்பின் மிகுதியோ?
அங்கே அவள் மடியில் கிடத்தியிருப்பது
யாருடைய அன்பின் குருதியோ?

ஞாயிறு

நான்கு திசைகளிலும் ஞாயிறு
கால்களுக்குக் கீழே...
வீட்டுச்சுவற்றில்...
தண்ணீர்க் குடத்தில்...
உணவுத்தட்டில்...
நானும்... எனக்குள்ளும்... எனைச்சுற்றியும்...
ஞாயிறு. ஞாயிறு.. ஞாயிறு... ஞாயிறு...
இஞ்சியும் ஞாயிறுவும் தட்டித் தேநீர்
ஞாயிறுக்குள் ஊற வைத்த அழுக்குத்துணிகள்
ஞாயிறுவின் மேகங்கள்
ஞாயிறுவின் காகங்கள்
ஞாயிறுவின் சோபைகள்
ஞாயிறுவின் கடல்கரை மனவெளிகள்
ஞாயிறின் குழந்தைகள்
ஞாயிறு மனம் கொண்டேன்
ஞாயிறின் மழைக்கு
ஞான இரவில்
ஊர்ந்துவரும் அட்டைப்பூச்சி திங்கட்கிழமை

❖

ராகதேவன்

ஒரு முலையின் திருக்காம்பில்
ராஜா கசிந்திறங்குவார்
சில மேகத்தின் திரட்சியில்
ராஜா இசையைப் பொழிகிறார்
காதலின் அமரத்துவத்தில்
ராஜா பூப்பிக்கிறார்
கண்ணீர் நாளங்களை
புல்லாங்குழலாக்கி உப்புக்காய்ச்சுகிறார்
நெல்லில் ஏற்றிய அகல் அவரிசை
அம்மையின் சாம்பல் அவரிசை
நற்கதியின் பிரிநிலை அவரிசை
குளத்தில் ஊற்றிய பால் அவரிசை
எள்ளும் பிண்டமும் தண்ணீரும் அவரிசை
ஈடேற்றத்தின் பிரார்த்தனை அவரிசை
மோட்சம் அவரிசை

❖

மனதிலிருக்கிறேன்

நான்..
எனது எட்டும் கோயில் மணிகள் போதும்...
நான்
எனது கண்ணிறைந்த
மலைகள் போதும்
நான்..
எனது பாதம் குளிருற புதைவுறும் குறுமணல் போதும்
யாரால் விரும்பப்படுகிறோம்..
யாருடைய மனதில் எங்கே அமர்ந்திருக்கிறோம்!?
மனதினுள்ளும் ஓசையிருக்கின்றது
அமைதியும் மலையைப்போல அங்கே வீற்றிருக்கிறது
பறவையும் தொடுவானும் கூட.
மேலும்
யாருடைய நிலத்தில் பனியாகக் கவிகின்றோம்
யாருடைய மெதுவில் இளைந்தோடுகிறோம்
கோடை வெளிச்சத்தில் மிதக்கும் இளந்தளிர்
பார்வைக்கு நல்கிய பச்சையத்தைப் போன்ற
ஏதோ ஒன்று நேசத்திலும் உள்ளது
இதோ இங்கே மறுகரையிலிருக்கிறேன்
யாருடைய மனதிலிருக்கும்
கடலிதுவோ?

மறுகன்னத்தைக் காட்டுகிறேன்

எனக்கு மரியாளின் மடியில் மரித்துக்கிடக்கும்
தேவகுமாரனின் காட்சி அடிக்கடி கண்ணில் திரள்கிறது
கைக்கொள்ளாத அன்பு
அள்ளும் பொழுதெல்லாம் ஒழுகிவிடுகிறது
எம் தொடைகள் தழைய
அன்னையின் முகத்துடனேதான்
எல்லோரையும் ஏந்திக்கொள்கிறேன்
வார்த்தைகள் ஆறுதலானவை
அதன் நிழலில் துயில் கொள்ளலாம்
உனக்காக நானிருக்கிறேன்
எனும் சொற்கள்
தேரடிக்கு ஒப்பானது
என் கைகளில் தாங்கிக்கொள்ளலைத் தவிர
வேறறொன்றுமில்லை
எய்யும் அம்போ
உங்கள் எல்லோரின் கைகளில் இருக்கிறது
அறிந்தும்
கருணையின் பறவையை
அத்தூய வெண்மையை
பறக்கவிடுகிறேன்

அணைத்தபிறகும் நிறையாத
அன்பின் தருணங்களை
தள்ளி நின்று
பார்த்துக்கொண்டிருக்கிறான்
எந்தக் கைவளையத்திற்குள்ளும் சிக்காத
உடல்வெப்பத்தின் அனாதைமையோடு

❖

கடைசி டேபிள்

தனியே மதுவருந்துவதுதான்
பிடிக்குமெனக்கு
காலி மதுப்புட்டிகள்
குவிந்துகிடக்கும் சுவரோரத்தில்
தரையோடு பிடிமானமற்று ஆடும்
டேபிள்தான் வாய்த்ததின்று
அம்மா உயிரோடிருக்கையில்
"ஒரிடத்தில் நின்னு ஆடாம
ஆ வாங்கிக்க சாமி" என்பாள்.
நெகிழிக்கோப்பையின் கழுத்துவரை நீர்கலந்து
மெல்லிய நுட்பத்தோடு கையிலெடுக்கிறேன்
"கிழக்குமுகமா நின்னு கண்ணமூடிக் குடிச்சுட்டு
இந்த ஜீனிய வாய்லபோட்டுக்க சாமி
வயித்துக்கு நல்லது" என்றாள்.

❖

குழலிசைத்தபடி விரையும் ஆம்புலன்ஸ்

அழிவின் பாதைக்கு
எனை அம்மாதான் அழைத்துவந்தாள்
மறைவாக மடியில் கிடத்தி
இறுக்கத்தைத் தளர்த்துபவளுக்கு
பசிக்கழும்வரை ஒரு முலையென நம்பியிருந்தேன்
இரண்டென அறிந்த வயதில் இறந்திருந்தாள்
குருதிக்கொடி படர்ந்து மூளையொரு மொட்டெனஆகி
பெண்ணுடலை மலர்த்தத் தொடங்கியிருந்தது
அற்புதத் தருவின் கிளையில் ஒளிப்பறவைகளின் கூட்டம்
பிறகு காமக்கிழத்தியின் செஞ்சாந்து
சன்னதமிறங்கிய உறுமி
மயானச்சாம்பலின் தத்துவ நெடி
வறுமையின் பொன்மத்தாலான குறுவாள்
மேலும் அன்பை விழுங்கி
கண்ணீர் முட்டையிடும் மதுவுண்ணி
இம்மாயவனத்தின் பலியாடு
துரோகக் காயத்தைத் தொடமுடியவில்லை
நடுமுதுகில் செருகிய கத்தியை
யாரேனும் எடுத்தால்தான் உண்டு
கைகளில் தன் தலையை ஏந்தியபடி
குருதிவழிய விரோதியை ஏற்றிச் செல்லும்
ஆம்புலன்ஸ் குழலிசைத்தபடி விரைகிறது
தயைகூர்ந்து யாரேனும் ஒட்டவையுங்கள்
நான் கொய்திட வேண்டும்
பலி தீர்ப்பதொரு நிறையுணர்வு
தாய்ச் சிதைக்கு நீ தீமூட்டியிருக்கிறாயா?

❖

நீர்மலர்கள்

வாழ்வு
வெடிவைத்துத் திசை திருப்பப்படும்
யானைப்பாதை அல்லது
நான்குகால் மண்டபத்திற்குள் படுத்துக்கொண்டு (மசினி)
பாகன் கண்ட கனவு
அப்பாறையின் அசைவால்தான்
எப்போதும் என் குழந்தைகள்
உறக்கத்திலிருந்து விழிக்கிறார்கள்
அதிகாலைகளில் அவர்களின் கண்கள்
அப்பழுக்கற்ற தாயம்போல் புரள்கின்றன
இந்நாளை அவர்களுக்கு
வறுமையின் கரைபடியா மலரைப்போல்
மலர்த்தவேண்டும்
"மகனே வெறிச்சோடிய தெருவில்
அசைந்து வராத யானையைப் பார்"
"ஆம் அப்பா அதிலமர்ந்திருக்கும் பாகன்
பிறைநிலவை வரைந்தபடி போகின்றான்"
(குழந்தைகளுக்கு வறுமையை
ஒரு யானையைப்போல் காட்டி
குதூகலிக்கச்செய்வது உசிதம்)

வனம் தேடும் பெரிய பாதங்கள்
என் கனவில் பிளிர்கையில்
பொறியுருண்டை அளவிலுள்ள
உங்கள் சிறிய உச்சந்தலைகளை
என் கக்கத்தில் மறைத்துக்கொள்வேனடா
என் செல்லங்களே

ஒற்றைக் கரும்புகளாக நாம்தான்
அதன் வழியில் நிற்கையில் பாவம்
அல்லியன் என்ன செய்யும் தவிரவும்
மகனே இது ஆப்பிளுக்குமேலே
சிலேட்டுகள் காய்த்திருக்கும் மனிதக்காடு.
"அதனால்தான் அதன் கண்கள் கசிந்தேயிருக்கின்றவா அப்பா?"
அது கண்கள் இல்லை மகனே
வனத்திலிருந்து பறித்துவரப்பட்ட நீர் மலர்கள்

கா... கா...

அந்தக் காகத்தைப் பாரேன்
ஒற்றைத் தமிழெழுத்துபோல அமர்ந்திருக்கிறது
என்றார் கவிஞர்
நானும் "கா... கா..." என்றேன்
கொம்புகளிடை மறையும்
அஸ்தமனச் சூரியனைக் கல்வாறில் பொருத்தி
உண்டி வில்லாக்கிக் காக்கை விரட்டும்
என் எண்ணத்திற்கு மொழி கொஞ்சம்
கைகூடி வரவில்லை அவ்வளவுதான் என்றார் கவிஞர்
ஓர் எழுத்து இன்னொன்றை அழைக்கின்றது
அது மேலும் சிலதை அழைக்கிறது
அது அவ்வாறே மேலும் சிலதை
ஆட்டுக்காயத்திற்காக அவை கூடிக்கரைகின்றன
பொறுமையிழந்த இடைச்சி புழுக்கையெடுத்து வீசுகிறாள்
விருட்டென்று மேலெழுந்த எழுத்துகள்
கலைந்துசூழ அமர்கின்றன மீண்டும்
விழுந்த புழுக்கையிலிருந்து
தமிழுக்கு மேலுமொரு கவிதை கிடைத்துவிடுகிறது

❖

ஆறு மணிக்கு மேல ஆட்டோ ஓடாது

வாழ்வைத் தவறான வழியில்
செலுத்திக்கொண்டிருக்கும்
வாழ்வோட்டியை எனக்குத்தெரியும்
தினமும் சந்திக்கிறேன்
புகையால் நன்நெஞ்சை நிரப்பி இருமலுக்கு நடுவே
முகமன் புரிவான்
கண்கள் கோலிக்குண்டுகள் போல
ஓரிடத்தில் நில்லாது அலையும்
பத்து இட்லியை முழுங்குவான்
நானவன் அருகிலமர்ந்து
அந்தப் பத்து அன்னப்பறவைகள்
கங்குபோன்ற குருதியில் தோய்ந்து முழுங்கப்படுவதை
வினோதமாகப் பார்த்துக்கொண்டிருப்பேன்
மாலையில் தலைக்கு மேலே
பறந்துபோகும் பறவைகளைக் காட்டி
அவை மதுவுக்குள் தரையிறங்கும் புல்லினங்களென்பான்
டேய் கோயிந்தசாமியென்று
அவன் கதவு தட்டும் இராத்திரிகளில்
நிலவு உச்சத்திலிருக்கும்

❖

துறவு

சுடரை இதழென்றும்
நிழலை மலரென்றும் நம்புகிறவர்கள்
நாளையெனைக் கடந்து செல்வார்கள்
முழுமதி மேயும் குளத்தையும்
க்ளக்கென்று குதித்த தவளையையும் அறிந்தவர்கள்
நாளையெனைக் கடந்து செல்வார்கள்
நானவர்களோடு பயணத்தைத் தொடரப் போகின்றேன்
மழையினால் நிலைகுலைந்த தாவரம்
போல இருக்கும் நான் ஓர்மைகுலையாத நீர்நிலையில்
நழுவும் ஓரிலையாகப் போகின்றேன்
நானவர்களோடு பயணத்தைத் தொடரப்போகின்றேன்
மூங்கில் இலைகளைப் பெருக்கியும்
கூழாங்கற்களை அடுக்கியும்
சேவகம் புரிபவனாக
தரிசனத்தின்பால்
ஜோடிக் கண்களைத் தற்கணத்தில் நீந்தவிடுகின்றவனாக
இப்பெருங்கடலில் சிறுகுமிழனாக
நத்தைகளினாலான கிரீடத்தை
அதனினும் மெதுவாய்த் துடைக்கின்றவனாக
இத்தனை ஆண்டுகளாக
கல் மாறி கற்சிலை மாறி வந்த
புன்னகைக்கான விசாரத்தை
அறிய விரும்புகின்றவனாக
நானவர்களைத் தொடரப் போகின்றேன்

❖

கவிதையெனும் பொன்தூசு

எனக்கு நானே எழுதி வைத்துக்கொள்வேன்
வாசிக்க யாருமற்ற
அந்த வடிவம்
இங்கே இன்னொரு காகம்
உடலிலிருந்து அறுத்து எடுத்துவைத்த புற்றுகட்டியைப்போல
அங்கே மேஜையிலிருக்கும்
காலத்தில் உறைந்த நினைவுகளை
ஏற்றிக்கொண்ட மொழியின் கொடை
மிதக்கத் தெரிந்ததனால்
தங்க ஊஞ்சலில்லை
என்னுடைய அனாதீனம்
ஆற்றுப்படுத்துவாரில்லை
இந்த உலகோடு தொடர்பற்ற
பால்வீதியில் மிதக்கும் பொன்தூசு
வீட்டின் மூலையில் தொங்கிக்கொண்டிருக்கும்
எட்டுக்கால் பூச்சியின் மூட்டைக்குளிருந்தும்
காசநோயாளியின் சுவாசப்பைக்குளிருந்தும்
அதைப் பத்திரப்படுத்தினேன்
தொட்டிச்செடிகளும்
அந்திமறையோனும் அறிந்த ஒன்றை
அலங்காரத்தலை கொண்ட பறவையும்
கூந்தப்பனை பூத்த ஜன்னலும் அறிந்த ஒன்றை
யாரும் அறியாமல் நான் வைத்திருக்கிறேன்

சர்வமும் சிவமயம்

பாறைகள் திறந்துகொள்ளும்
மலர்மை ததும்பும்
இருளாது உள்ளொளிரும்
முயங்கிக்கூடும்
பாறைகள் அருஉருவம்
*

கல் எடுத்துப் பறவையை விரட்டுகிறேன்
அதுவோ விருட்டென்று பறந்து சென்று
தூரத்திலிருக்கும் பாறையில் அமர்கின்றது
இப்போது
கல் பறந்து பாறையான காலத்திற்குள் நிற்கிறேன்
யார், யாரை விரட்டினார்கள் என்ற பெருங்குழப்பத்தோடு
*

மலை என்பது தீர்க்கமான இறையின் மௌனம்
அதை எப்படியாவது கலைத்துவிடும் பொருட்டு
என் கர்மா ஒரு கல்லை எடுத்து
அதன் மீது வீசச்சொல்கிறது
*

ஆண்பாறையும் பெண்பாறையும்
காலத்தே நகர்ந்து வருகிறது
கல்லுக்குள் நீரும்
நீருக்குள் கல்லும் ஒளிந்திருக்கும்
அர்த்தநாரியை ஆனந்தக் கண்ணுற்றேன்
அன்பின் திண்மையேறிய பாறையில் பாலினம் கிடையாது
அனிச்சையாக நான்
திரும்பும் பாதைமுழுக்க,
மனக்களிப்பை கூட்டிக்கொண்டுவருகிறது
ஈரக்காற்று
இளம் முற்களிருக்கும் இக்கூதலை
எனை நோக்கி அனுப்பியதெதுவோ
*

நிலத்திற்கடியில் நீரோட்டமறிந்த
அபூர்வப்பறவை தரையிறங்குகிறது
எனது கண்களை மூடுகிறேன்
அவையிரண்டும்
கடலுக்கடியில் சூரியவெளிச்சத்தில் நீந்தும்
மீன்களைப்போல ஒளிர்கின்றன
இலைகள் மஞ்சள் பாரித்துவிட்டன
நீர்நிலைகளின் மீது மட்டும் மழை பொழிகின்றது
அலை சேர்வதும்
பின்மீள்வதுமாய் இருக்கின்றது கங்கைக்கரை
தகனம் முடித்துச் சாம்பலெழுகிறது
அழியத் தொடங்கும் ஒவ்வோர் உயிரும் சிவமென

ஞானத்தின் வாசல்

அந்தரத்தில் மிதக்கும் மலரை
புத்தரின் தம்மமாக உணர்கிறேன்
அளவில் சிறிய காகத்தைப்போல
கண்கள் இருளில் கவிழ்கின்றன
வன்மத்திற்கு முந்தைய கணம்
குளிரூட்டப்பட்ட கத்தியைக் கொண்டு
நெஞ்சம் குளிர ஒரு கொலை நிகழ்த்தப்போகும்
நண்பனோடு
நூற்றாண்டுக்கு முந்தைய
ஒயினை அருந்திக்கொண்டிருந்தேன்
அதன் வசீகரம்
நட்சத்திரத்தின் ஒளியாண்டுகளைக் கடந்து
நாவில் அண்மித்தது
போகத்தினுடல் ஞானத்தின் வாசலில் நிற்கையில்தான்
இதயத்தைக் கத்திமுனையால் மூன்று முறை
அவன் தட்டினான்

❖

அன்பின் வால்

யாரோ கவிதைக்கான முதல் வரியை மட்டும்
ஏற்றியிருக்கிறார்கள்
அதன் வெளிச்சத்தில் சிறிது நேரம் நின்றிருந்தேன்
அன்பில் நிறையாத வாழ்வை
வெகுநேரம் கைகளில் ஏந்திக்கொண்டிருக்க முடியவில்லை
கவிதையை ஊதியணையுங்கள் யாராவது
விரும்பப்படும் இதயமாக என்ன செய்வது!?
அப்பாவிற்கு எழுதிய கடிதங்களிலோ
எழுத்துரு யாவும் தலைகுனிந்தபடி திரும்பிவந்தன
புரண்டு படுத்தால் பூக்கள் சரியுமென்று
அம்மா அசைவின்றிக் கிடக்கிறாள் கல்லறைக்குள்
வாழ்வின் மாதிரிக்காய் ஒரு நாய் வாங்கி
தெருவில் கிடத்தினால்
அது வருவோர் போவோரின் கால்களை நக்குகிறது
ஒருபோதும் அன்பின் வாலை
நிமிர்த்தவே முடியாது போல

❖

ஸ்மோக்கர் லார்ட்

சிகரெட் புகையை அள்ளிக் கன்னம் நுரைக்க
பூசிக்கொண்டு தாடியை சிரைத்துக் குளித்துவிட்டு வருகிறேன்
மனைவி எனக்கான காலை உணவுக்காக
சிகரெட் புகையை அள்ளித் தோசை வார்க்கிறாள்
இதயத்தைக் கீழே இறக்கவிடாமல்
அந்த வெண்மேகத்திற்குள் மிதக்கவிட்டு
நூலைச்சுண்டுவதுபோல சாம்பல் சுண்டுகிற விரல்கள்
கடைகளின் பக்கவாட்டில் சிகரெட்டிற்காக
இல்லை இல்லை
ஈரலுக்கான சிமிழ் விளக்கு எரிந்துகொண்டிருக்கிறது
சிகரெட்டுகள் சரிந்து விழுந்து
உடல் நசுங்கியவர்கள் பற்றிச் செய்திகள் வாசிக்கிறார்கள்
வாசித்து முடித்தபின் தொலைக்காட்சிப் பெட்டியிலிருந்து
புகை வருகிறது
முக்கண்கள் சொருக
சுடுகாட்டில் தம் கட்டுகிறது சிவ

காலத்தை வளைத்தல்

தேசிய நெடுஞ்சாலையின் திருப்பமொன்றில்
பெருஞ்சத்தத்தோடு நிகழ்ந்தது கோரவிபத்து
பெட்ரோலும் இரத்தமும் கலந்த
மரணத்தின் நெடி காற்றின் வெளியெங்கிலும்
சட்டெனக் கலந்தன
பார்த்தவர்கள் யாவரும் பச்சாதாபத்தோடு
கடந்தபடியிருந்தார்கள்
நானோ உள்ளும் புறமும் கல்லுப்பென
கண்ணாடிகள் சிதறிக்கிடந்த
அம்மகிழ்வுந்தை பெருஞ்சோகத்தோடு நெருங்கினேன்
தன் இயலாமையோடு
வடிவம் சிதைந்து நின்றது அவ்வாகனம்
அதன் வெந்நிற இருக்கையெங்கிலும்
இரத்தம் தோய்ந்திருக்க
விதி மேய்ந்த உடல்களை ஆம்புலன்சுக்கு இடம்
மாற்றிக்கொண்டிருந்தார்கள்
ஓட்டுநர் இருக்கையின் ஓரத்தில்
உயிர் போன நேரத்தோடு
உடைந்து கிடந்த கைக்கடிகாரத்தில்
நின்றுபோன அவன்காலத்தை ஒரு பத்து நிமிடம்
பின்னால் தள்ளத் தோன்றியதெனக்கு

பரிவு

நிலவெரிக்கும் நள்ளிரவு
விக்கிரவாண்டி
பேருந்து நிறுத்தத்தில்
அம்மாவிற்குப் பிடித்த பாடல்
ஒலித்துச் சன்னமாகிறது
மரங்கள் நகரத் தொடங்கிய
நேசத்தின் வழியெங்கும்
முகம்புதைத்து முகர்ந்த
அந்தச் சேலையின் வாசம்
கண்ணீரோடு நான்
ஊர் போய்ச் சேர்கையில்
ஈ மொய்க்க முடியாத உயரத்தில்
அத்தனை பரிவோடு
ஒரு வெள்ளி முளைத்திருந்தது

❖

குழந்தைகளின் பள்ளிக்கட்டணம்
ஒரு மதயானையைப்போல என் வீட்டிற்குள் நிற்கிறது
என் மனையாட்டியே
நான் முன்னே செல்கிறேன்
எனது இருநூற்றெட்டு எலும்புகளில் ஒன்றைத்தெரிவு செய்து
ஓர் அங்குசம் செய்துகொள்

❖

மொட்டப்பனையில்
பிடித்த கிளியோடும்
கொஞ்சம் விதை நெல்லோடும்
ஊரைவிட்டு ஓடி வந்த விவசாயி
மெரினா கடற்கரையில்தான்
ஜோசியம் பார்க்கிறார்
அவரை நீங்கள்
சந்திக்க நேர்ந்தால்
பரிவோடு நலம்விசாரியுங்கள்
ஏனெனில் அவரின்
நெல்மணிகளைத் தின்ற
கிளிகள் நாம்

அரளிக் கனவுகள்

மூளையின் மேற்பரப்பில்
ஒழுங்கீனக்கோடுகள்
வழியறியா நண்டு முட்டித்திரும்பி
ஊர்ந்தலைய
இந்தச் சுவர்களற்ற வெளியில் தலையை
எங்ஙனம் முட்டிக்கொள்வது

வாகனத்தை
மரத்தினடியில் நிறுத்திவிட்டு தூக்கிட்டுக்கொள்ளலாம்
ஆனால் இந்த ஓவியத்திற்குள்
ஹாரனை எப்படி ஒலிக்கச்செய்வேன்

கத்தியின் பதத்தில்
பயணிக்கும் கட்டைவிரலே
நீயாவது கவனி
டீயாரின் பாடலுக்குப்பின்
குரல்வளை மென்னிக்குக் கூடுதல் மிருது
கிடைத்துவிடுகிறது பார்

ஐந்து அரளிக்கொட்டையில்
ஒரு கடல் விளைவதாய்
கனவு வருகிறது
வயிற்றில் விதையிட்டால் வாயில் அலையடிக்கும்

கிணற்றில் குதிக்கும் முன்
நீரில் முகம் பார்த்துச் சிரித்துக்கொள்ளலாம்
நம்மை நாம் அன்பு செய்ய
அதுவே எளிய வழி
ஆனால் நீருள்ள கிணற்றுக்கு
எங்கே போவேன்?

❖

கால எந்திரம்

ஊடலைச் சரிசெய்ய சுழியத்திற்குத் திரும்புகிறேன்
உலகம் இயங்கு திசையிலிருந்து
எதிர்த்திசையில் பயணிக்கிறது
அதற்குள் நீ எவ்வளவு தூரம் சென்றுவிட்டாய்
கரை மீன்கள் கடலுக்குத் திரும்புகின்றன
நாவுக்குச் சொற்களும்
வயதுக்குக் கனவுகளும் திரும்புகின்றன
செம்மல் அலர்ந்து தேனை மீட்கிறது அரும்பு
அப்பா அம்மாவை பெண் பார்க்கப்போகிறார்
அப்பா பெண் பார்த்துவந்த இரண்டு வருடத்தில்
அம்மா பூப்பெய்துகிறாள்
முகிழ்ந்து வீங்கிள முலை
பெதும்பைக்குள் மறைகிறது
மேலும் நீ எவ்வளவு தூரம் சென்றுவிட்டாய்
நமக்கிடையில் இருக்கும் இடைவெளியில்
மூவாயிரம் மலைகளும்
ருத்ராட்ஷத்தின் கோடான கோடி வட்டப்பாதையும்
கானகத்தின் கடைசிப் பறவையின் ஓய்வும்
இப்போதிருக்கிறது
நீ கைவிட்ட இடத்திலே நானின்னும் நின்று
கொண்டிருக்கிறேன்
இறகுப் பந்தைப்போல சூரியனைக் காலம் மேற்கும்
கிழக்குமாய்த் தட்டி விளையாடுகிறது
பல்லவர்கள் படுக்கப் போய்விட்டார்கள்
பாதிச் சிற்பமாகி நிற்கும் மாமல்லபுரத்து
யானைகளின் காலடியில் நிலவுத்துகள்கள்
கரையொதுங்குகின்றன
மேலும்
நீ எவ்வளவு தூரம் சென்றுவிட்டாய் என்றால்
ஊடலைச் சரிசெய்யும் பொருட்டு
எடுக்கப்பட்ட இடத்திலே விலா எலும்பு
வைக்கப்படும் தூரம்வரை

❖

சற்று முன்புவரை அமர்ந்திருந்த பறவை
பறந்து போன பின்புதான்
மேலும்
துயரமானதாகத் தெரிகின்றது
அந்தச்சிலுவை

❖

பூவுக்குச் சூட்ட இறைவனைத் தேடுபவன் நான்.
எனக்குப் பாடலென்பது கண்ணீர்ச் சுரப்பி.

❖

அப்போதெல்லாம்
நினைத்துப்பார்க்க என
சில நினைவுகளை வைத்துக்கொள்ளுங்கள்
ஏனெனில்
நிலாவிரயம் ஒரு பாவச்செயல்
நிலாவிரயம் ஓர் ஒளிக்குற்றம்

❖

முதல்க் கப்பல் சைக்கிளில்
முட்டி நிற்கையில்
இரண்டாவது கப்பலை
சாய்ந்தவாறே முந்துகிறது
மூன்றாவது கப்பல்
நான்காவதுக் கவிதையைக் கிழிக்கிறாள் மகள்

❖

ரோஜாத்துயரம்

கண்ணீர்க் குட்டைகளைத் தாண்டி
யாருடைய கதறலுக்கும் செவிமடுக்காத
ஒரு குதிரை
பறை மீது மிக வேகமாக ஓடுகிறது,
பனைமரம் ஏறி எங்களை
படிக்கவைத்த அப்பா
கழுத்தில் மாலைகளோடு ஒரு பேரரசனைப்போல
அதில் பயணம் போகின்றார்
சகோதரியும் நானும் கண்ணீர் மல்க
அவர் மறையும்வரை பார்த்தபடி நின்றோம்
இனி திரும்பி வராதவருக்காக
பாதையெங்கும் அடையாளமிட்ட
பூக்களால் வீதியெங்கும்
ஒரே ரோஜாத்துயரம்
குதிரையெடுப்பெல்லாம் முடிந்து
குளிக்கும் பொருட்டு
மண்ணில் இறக்கிவைக்கப்பட்ட
இரண்டு பறைகளும் களைத்திருந்தன
அம்மாவின் கண்களைப்போல

திராசில் எடைக்கல்லைப் போடுகிறார் மீன்காரர்,
இரண்டு நாய்,
நான்கு காகம்,
நான் மற்றும் எனதிரண்டு குழந்தைகளுக்கு இன்று
உயிர்த்தெழ விரும்பாத எளிய ஞாயிறு

❖

வாசல் முழுவதும்
தேனீக்கள் மோகித்துதிர்த்த முருங்கைப்பூக்கள்
மூர்க்கம் தனிந்த மிருகத்தின் அமர்வுபோல
அந்திசாய்ந்து வாசலில்
ஒரு வசீகரத்தைப் படரவிட்டுவிடுகிறது
உலகிலேயே நிம்மதியான இடம்
ஒரு குவளைத்தேனீரோடு
வாசப்படியில் உட்கார்வதுதான்

❖

தோற்றவனுக்கு
மதுவை மறுக்காதீர்கள்
அவனுடைய கல்லறையில்
அவனுடைய இருளோடு இருக்கவிடுங்கள்

❖

மாதுயர் கொண்டேனடி
உன் முதல் நரையென
அழுகையில் விழுங்கிய அரைச்சொல்லென
புதைமேட்டின் கூட்டல்குறியென
இலைகள் சோம்பிய தனிமரமென
இளம் வயதுப்பெண்ணின் வெறுங்கழுத்தென
மேலங்கியற்ற இறுதிமையின் இருமலென
புகை எழும்பிச்சூழலும் ஒளிமுறிந்த மெழுகென
சன்னல் பெயர்த்தெடுத்த வீட்டின்
கோடுகளற்ற வானமென
மாதுயர் கொண்டேனடி

❖

ஜீரோ பார்த்துக்க சார்

வாகனவோட்டிகளின்
நெஞ்சத்திற்கான தோட்டா
டீசல் கன்னிலிருந்து விரைகிறது
முன்பெல்லாம் எனது வாகனம்
துடிப்படங்காத இரையை
ரத்தமும் சதையுமாய்
இழுத்துவந்து கிடத்திவிட்டு கர்ஜிக்கும்
இப்போதெல்லாம்
குட்டிகளிடம் மன்றாடி நிற்கிறது
சிறுபசி இன்மையறியாது
டீசல் விலையறியாத ஒரு சாவுகிராக்கி
கிலோ மீட்டர் ஆறு ரூபாய்க்கு வருகிறாயா
என்றழைக்கிறான்
இதனையும் தவறவிட்டால் விடிந்திடுமே என்ற
விபச்சாரியின் ஒளி குன்றிய கண்களால் அவனைப்பார்த்து
இப்படித்தான் உச்சரிக்கச் சொல்கிறது வாழ்வு

சரி ஏறு!

நதிக்கரை ஞாபகங்கள்

வண்ணாத்தியின் விரல்பிடித்தபடிதான்
ஊருக்குள் வந்தது ஒரு வெயில்நதி
சலவைக்காரனின் கைகளுக்குள்
ஒரு ரேகையைப்போல
ஓடிக்கொண்டிருந்த அந்த நதியை
அவர்களிடமிருந்து நாம்தான் பிரித்தோம்
ஒவ்வொருவரின் வீட்டுக்கும்
துணியெடுக்க
நம்வாசலுக்கே வந்து நின்றது நதி
நம் பாட்டனின் இறுதிச்சடங்கில்
உடைக்கவோ ஊற்றவோ
பானைக்குத் தேவையாய் இருந்தது நதி
இலை எடுத்து நகர்ந்தது நதி
நம் பாவங்களைச் சுமந்தபடி
நதியை முன்னேறவிடாது
வழிமறித்து நின்றோம்
நதியைத் தூமத்துணி
துவைக்கப் பணித்தோம்
நதியை அதன்போக்கில்
விட்டதேயில்லை நாம்
எதிர்ப்படும்போதெல்லாம் அடிமை
நதியாய் அது
தலைகுனிந்தே நகர்ந்தது
பிடித்திருந்தது நமக்கு
நாம் தள்ளிவைத்த நதி
இன்று நம்மைத் தள்ளிவைக்க
ஊர்க்கோடியில் அவர்கள் விட்டுப்போன
கழுதைகளுக்கு மணம் முடித்து
மழைக்காக ஏங்கி நிற்கிறோம்.
சட்டையில் இருக்கும்
சலவைக்குறியீடாய் மட்டுமே
எஞ்சிவிட்டது இறுதியில் நதி

❖

கடற்கரைக்கு
எப்படி அப்பா இவ்வளவு மணல் சேர்ந்தது!?
"எல்லாமும் இங்கே வந்துபோனவர்களின்
புட்டத்திலிருந்து உதிர்ந்தவை மகனே"

❖

நீதிமன்றப் புங்கைநிழல் உன் நரையில் கவிழ்ந்து
மடியில் நிறைகின்றது
இம்முறையும் கண்ணாடி உயர்த்தி
அழுதுதீர்த்தவளாய்
கண்களைத் துடைத்த வண்ணம் வெளியேறுகிறாய்
உனது சேலையில் இருக்கின்ற
கண்ணீரின் ஈரமோ
புங்கை நிழல் கொஞ்சம் மரம் விட்டு இறங்கி
உன் மடியைப் பற்றிக்கொண்டு அற்புதம்மா
உன்னோடே போவதாய்த் தெரிகிறது
நிழலைப்போல இல்லைதானே ஏழைகளுக்கான நீதி

❖

பேச்சுத்துணைக்குத் யாருமற்று
உன் வளர்ப்புக்கிளியும் உறங்கிய
இத்தனிமையில்
சன்னல் கம்பிகளிலிருந்து தொடங்கும் தெரு
வானத்தில் முடிகிறது
இங்கே எத்தனை கூண்டுகள்
எத்தனை கிளிகள்

பணி முடிந்து வீடு திரும்பும்
இந்தச் சாயங்காலத்தில்
நலிந்த நெசவாளனின் தறியிலோடும்
ஒரு சேலைக்காக
உன் பெயர் சொல்லிக் காத்திருக்கின்றேன்
அன்னப்பறவை
முந்தானையில் வந்தமர்கிறது

நடக்கக்கூடாதது நடந்துவிட்டது
இனியென்ன செய்யப்போகிறாய்!?
பூரணச்சந்திரனை
உயரமான தென்னங்கீற்றுக்கு
நகர்த்திக்கொண்டுபோவேன்

❖

நான் இருமுகிற போதெல்லாம்
பயந்து ஆழம் பாய்கின்றன மேசைமீன்கள்
எனை எப்படிப் பார்க்கின்றன அவை
நகுலன் வீட்டுப் பூனையென்றா!?

ஆஸிஃபாவின் குதிரைகள்

என்ன நிகழ்ந்ததோ எட்டு வயதிற்கு
என்ன நிகழ்கிறதோ ஆறு வயதிற்கு
என்ன நிகழப்போகிறதோ ஐந்து வயதிற்கு
உனக்கொன்று தெரியுமா
என் வீட்டிலிருந்து சிறிது தூரம்தான்
தள்ளி நிற்கின்றன உனது குதிரைகள்
உன்னைக் காணாமல்
கலங்கிய கண்களோடு
வீடு திரும்பாதலையும் குதிரைகளுக்கு
என்னிதயம் இன்றைய மேய்ச்சல் நிலமானது
சவாரி செய்ய ஆசைப்படும் எனது மகளை
அது ஆஸிஃபா என்றே நம்புகிறது
உன் குதிரைகளுக்கும்
எனது ஆஸிஃபாவிற்கும் எப்படியுரைப்பேன்
எட்டாம்நாள் கடவுளும் கற்பழித்தானென!?
இன்று உனது தந்தையின் கண்ணீராய் இருப்பது
நாளை மற்றொரு தந்தையின் கண்ணீராகிறது
மற்றொரு நாள் அது வேறொருவருடையதாகும்

❖

நலம் மீள்தல் - i

இப்போதும் நானிருக்கிறேன்
அளவில் சிறிய வண்ணத்துப்பூச்சியைப்போல
என் புன்னகையிருக்கிறது
கோயில் படிக்கட்டுபோல
உறுதிபூண்டிருக்கின்றன நண்பனின் தோள்கள்
மனைவி நெற்றியின் திருநீறுத்திட்டு
ஒரு வெண்கொக்கைப்போல என் நிம்மதியில் ஓய்ந்திருக்கிறது
உறவுகளின் நேசம்
உடைந்த எலும்புகளை ஒட்டச்செய்கிறது
இப்போதும் நானிருக்கிறேன்
நேசமிகு நெஞ்சத்தின்
முன்னவிழும்
வியர்வை பூத்த உள்ளங்கைக் குங்குமத்தைப்போல

நலம் மீள்தல் – ii

அலை மேவும் உன் படகு
நிலைகொள்ளாது தத்தளிக்கும்
அப்போதும் விட்டுவிடாதே
நெடுந்தூண்டிலிட்டாவது காத்திரு
இரை கவரும் பாவனையில்
உன் முள்ளில் சிக்குவேன்
எப்படியேனும் முதலில் கடலிலிருந்து வெளியே எடு
கரை திரும்புவது குறித்தும்
மீள் பிறப்பு குறித்தும் பிறகு சாவதானமாய்ப் பேசுவோம்
எங்கே உன் தூண்டிலை இறக்கு பார்போம்
என் துயர வாழ்வுக்கு நேரே

❖

நலம் மீள்தல் - iii

அன்பார்ந்த சிறு புன்னகையை
இறைஞ்சி நிற்கும்
உன் முகத்தை இவர்கள் அருவருக்கிறார்கள்
சிறு பொழுதேனும்
அவர்களோடு அளவளாவிக் களித்திருக்க ஏங்கும்
பிள்ளை நெஞ்சுக்கு உப்பும் மிளகுமிடுவார்கள்
நீ என்ன செய்வாயோ!?
பேய் மழைக்கு முன்னே
உன் தெருச்சித்திரத்தைச் சுருட்டிக்கொண்டு ஓடிவிடு
வருவோர் போவோரையெல்லாம்
உர்ரென்று முறைக்கும் மனதை இவர்கள்
ஒரு நாயைப் போல
வெளியே கட்டிவைத்திருக்கிறார்கள்!

என் பெயரை உச்சரித்ததும்
நீ எடுத்துக்கொண்ட மௌனம்
சிறிய புத்தர் சிலை வைக்குமளவு இருந்தது

❖

சின்னச் சின்னக் கெட்ட பழக்கங்களையும்
கைவிட நினைக்கிறேன்
எல்லாமும் வாழ்தல் எனும்
பெரியவையிலிருந்தே தொடங்குகின்றன

❖

ஊர் திரும்ப அழைக்கும் பேருந்து

பருவம் உதிர்பூக்களைக் கடக்கிறது
நத்தை சாத்திக் கொண்டதைப்போல
நீர்த்துயரில் கிடக்கின்றது நிலம்
இரண்டு உழுகுடிகள் வறட்சி குறித்தும்
கடன் குறித்தும் பேசிக்கொள்கிறார்கள்
அது எவ்வாறு இருக்கிறதெனில்
பார்வையிழந்தவனுக்குத் துணையாய்
இன்னொரு பார்வையிழந்தவனின்
தனித்தனி பூமிகளைப் போலுள்ளது
மழைவருமென முன்னுணர்ந்து பாடும் பறவைகளை
தேடிச்சென்றவர்கள் ஊர் திரும்பவில்லை
தலைநகரத்தில் நிர்வாணப் போராட்டம் நடத்திய
விவசாயிகள் சொல்கிறார்கள்
சொந்த ஊருக்குச் செல்லும் பேருந்து ஒளியெழுப்புவது
அடிவயிறு வரை பாய்கிறதென
நன்னிலம் தொலைத்த அவர்களின் கண்களுக்குள்
துடியாய்த் துடிக்கின்றது மண்புழு

❖

உப்பு

சாலையில் இறங்கி நடக்கத் தொடங்கினேன்
நகரமோய்ந்த
நடுநிசித்தெருவில்
அன்றாடம் காய்ச்சியின் விறகு நீங்கிய
அடுப்புச்சாம்பலில்
சந்திரவொளி
போர்வைக்குள் நிம்மதியாக உறங்கும்
பாலினம் தெரியா இவ்வுருக்களின்
கனவில் இறங்கி நடப்பதைப் போலவே இருக்கிறது
சிலர் உறக்கமற்று விண்மீன்களின்
நடுக்கத்தைப் பார்த்துக் கொண்டிருக்கிறார்கள்
பசியை எந்த மீனில் வைத்தோம் என்பதைப்போல
இந்தத் தெருவோடிகளின் வாழ்வு எனக்குப் பிடித்திருந்தது
யோசித்துக்கொண்டே வீடு திரும்புகிறேன்
இன்றிலிருந்து
உப்பில் முழங்காலிட வைத்திருக்கிறார் மருத்துவர்
உடல் உவர்ப்புப் பாண்டமாக உருமாறியிருந்தது

ஊரடங்கு காலக் கவிதைகள் - i

மனிதக்கழிவுகளற்ற அலைகளோடு
மான் விளையாடுகிறது
கனிகள் உதிர்கின்றன பறவைகள்
புகையற்ற வானில் மிதந்திறங்குகின்றன
நினைவில் தண்டவாளமுள்ள
மிருகமென்று எதுவும் இல்லை
வெளிச்சத்தில் திளைக்கின்றன தாவரங்கள் யாவும்
கடுகு விழுந்து சிதறியதைப்போல
உலகெங்கும் உடல்கள் சரிகின்றன
விழுந்த இடத்திலிருந்து
மீண்டும் மீண்டும் உடலைத் தூக்கியெறிகின்றார்கள்
கோடியாண்டுகளில் யாருக்கும் வாய்க்கவில்லை
மரணத்திற்கு அப்பால் ஓர் உடலை எறிவதற்கு

ஊரடங்கு காலக் கவிதைகள் - ii

செய்திகளைக் கேட்டுக்கொண்டே இருந்த
மகள் நள்ளிரவில் பதறி விழித்தாள்
என்ன கண்டாளெனத் தெரியவில்லை
சிறிய வாழ்க்கைக்குளிருந்து
வெளியே விழுந்தவளைப்போல
என் கைகளைப் பற்றிக்கொண்டவள் (கழுவிய கைகளைத்தான்)
என்னையே பார்த்துக் கொண்டிருந்தாள்
கவசமற்ற முகத்தில் மரணத்தின் பொருள்படும்
எந்தக் குறிப்புமில்லை ஆனாலும்
கடல் எங்கோ மறைந்துகொண்டு
அலைகளை மட்டும் அனுப்புகிறது

❖

சன்னலே வானை அடைவதற்கான வழி

நட்சத்திரங்கள் இல்லாத வானம்
மர்மத்தைச் சுமந்திருக்கிறது
நிராகரிப்பின் சூசகத்தை உணரவிடாது காலம்
மலரையசைத்துக் கொண்டேயிருக்கின்றது
உறக்கத்தின் அருகில் வந்ததும்
கைவிடும் கதைகளைப்போல
அன்பு வாய்க்கப் பெற்றிருக்கிறேன்
என்னில் அறையப்பட்ட ஆணிகளுக்கு நடுவே
நானொரு நாதத்தந்தி
எனதறையில் என்னையும் சேர்த்து இரண்டு வீணைகளும்
மருத்துவகுணம் கொண்ட ஒற்றைச் சன்னலும் உள்ளன
சன்னல்களே மீட்பர்
சன்னல்களே வானை அடைவதற்கான வழி
அதனூடே இன்மைக்குள் பாய்கிறேன்
தடுப்பனற்று ஒளிக்கற்றையைப்போல
கைகளிலிருந்து சன்னலுக்கு வெளியே விழுந்த பூமி
பால்வெளியில் பட்டமாக மிதக்கின்றது
நான் உறுதியாக நம்புகிறேன்
இன்னும் அறுபதாண்டுகளில்
நானென் நட்சத்திரத்தையடைவேன்

அந்தி

மண்புழு மிருது கொண்ட
சிறிய விரல்கள் தந்தையின்
வெறுங்கையைப் பற்றியிருப்பது
நோயிலிருந்து மீண்டவனின்
புன்னகையாய் இருக்கின்றது
மீச்சிறு இடைவெளிக்குப்பின் நிகழும்
சித்திரமுறிவாய் கஞ்சிராவைத் தப்புக்குச்சிகளாலுரசி
இசைத்தலைத் தொடர்கிறாள் பெண்
நீண்ட சவுக்கைச் சுண்டிச் சுழற்றுகிறார்
காலில் சலங்கை பூட்டிய பேதையின் தந்தை
வாழ்வும் தண்டனையுமாய்
ஒரு குடும்பம் வீதியில் நின்று நகர்கிறது
தாளம் தப்பாமல் தசை கிழிந்து அந்தியை
மேலும் சிவப்பாக்குகிறது

கனவில் வரும் பறவைக்கு
அமரக் கிளைகள் இல்லை
அதுதன் இணையை அழைத்த ஒலியில் அமர்கிறது

❖

என்னைக் கைவிட்டதற்கும்
விட்டு விலகியதற்கும்
காரணம் சொல்லாத
மாஜி காதலி
தன் உயரமான கணவனோடு
மேஜிக் ஷோ காண்கிறாள்
எல்லாப் பாவங்களிலிருந்தும் விடுவிக்கும்
ஒரு தேவதூதனைப்போல
வெள்ளைக் கையுறையணிந்த கரங்களால்
எனை மேடைக்கழைத்தார் மேஜிஷியன்
பலத்த கரகோஷங்களுக்கு நடுவே
நான் வாத்தாக மாறிக்கொண்டிருந்தேன்
இரண்டாவது முறையாக

❖

அப்பாவின் கால்கள்

குழந்தையிடமிருந்து
விடுபட்ட அப்பாவின் ஊஞ்சல்
தனித்தாடுகிறது மெல்லத்தேய்ந்தடங்குகின்ற
அதன் கிறீச்சொலி
தொண்டைக்கும் நெஞ்சுக்குமாய் இழுத்துக்கிடந்த
அப்பாவை நினைவூட்டுகிறது
பெருவிரல்கள் பிணைக்கப்பட்ட
அப்பாவின் விரைத்த பாதங்கள் நினைவில் வருவதும்
போவதுமாய் இருக்கிறது
அப்பா கால் நீட்டி உறங்குகையிலெல்லாம்
பாதங்களில் ஒரு நெடும் நாவல்
திறந்திருக்கும்
வெய்யில் குடித்து வெடிப்பு நீண்டதெல்லாம்
பாதி வாசித்து அடையாளமிட்டவை
கடைசியாக முகத்தைப் பார்த்துக்கொள்ளச்
சொல்கையில் பாதங்களைத்தான் பார்க்கக்கேட்டேன்
கண்களில் ஒற்றிப் பற்றிக்கொண்டு கதறியழ
பாதங்களைப்போல் ஏதுவாக
இருந்ததில்லை முகம்
இருத்தலின் குறியீட்டையும்
அதன் தீராத ஒரு ஜோடிக் காத்திருப்பையும்
என்னசெய்வதென்று தெரியாமல்
நான்தான் வீசியெறிந்தேன்.
தனித்தனியாகப் போய் விழுந்தன
அப்பாவின் கால்கள்

சூரியனை மேய்ப்பவள்

பிசுக்கேறிய கேசத்துடன்
தன்னையே நொந்தபடி தனியே பேசித்திரியும்
அந்த நடுத்தர வயதுப்பெண்
தன் தீராத சோகங்களின் கதவுகளைத் திறந்துவிடும்படியும்
ஏதோ ஒரு பெயரை உச்சரித்தபடியும்
காற்றின் வெளியைத் தட்டிக்கொண்டிருக்கிறாள்
அழாத அழுகைகள் கிடக்கும் உண்டியலென
அவள் விழிகள் உருண்டுகொண்டே இருக்கின்றன
நன்பகலில் அனுமதியில்லாமல்
தன் அழுக்குமூட்டைக்குள் நுழைந்த சூரியன் மீது
நிழலை அள்ளி வீசியெறிந்து கடுஞ்சினம் கொண்டவள்
ஆற்றாமையின் வலிகளோடு
வாழ்வை இந்தத் தெருக்களில் நடந்தே கடத்துகிறாள்
பின் வாஞ்சையோடு சூரியனைக் கூட்டிக்கொண்டு
மேற்குநோக்கி நடக்கத்தொடங்கியிருந்தாள்

இசைத்தட்டு

வாழ்தல் குறித்த துயரங்களை முகக்குறிப்பிலுணர்த்தி
கண்ணீருக்கான மதகுகளை மெல்லத் திறந்துவிட்டபடி
நிற்கிறாள் பழைய காதலி
பழைய கண்ணீர்தான்
புதிய காயங்களைத் திறந்துவைக்கிறது
மனிதப்பாதங்களற்ற தீவில்
அவளை உறங்கவைத்து புல்லாங்குழல் நிறைந்த
ஓர் இசைத்தட்டை
அவள் வாதையின் மீது சுழலவிடத் தோன்றுகிறது
அல்லது
யாரும் அறியாமல்
அவளையொரு புறாவாக மாற்றி
வானில் வீசிப் பறக்கவிட
வேண்டுமெனத் தோன்றுகிறது
அதுவும் தரையிறங்காத புறாவாக
ஓரிடத்தில் காலூன்றி
வேறுவேறுதிசையில் கரையும்
இரட்டை ஊதுபத்திகளைப்போல
தன்னிலை இழந்து
காலத்தின் முன் கரைந்து நிற்கிறோம்
இருத்தலின் கதவை அழுது திறக்கிறது
அவள் இடுப்பிலிருக்கும் குழந்தை
புறா சிறகுகளுடைந்து
இசைத்தட்டின் மீது விழுகிறது

❖

ஒரு கிண்ணத்தை ஏந்துகிறேன்

XO குடியிருக்க என் குடலைக்கேட்டு
அழுதது கொடுத்துவிட்டேன்
கிங்ஸ் என் உதடுகளைக் கேட்டழுதது
கொடுத்துக்கொண்டிருக்கிறேன்
இரண்டாவது ரவுண்டின்
கோப்பைக்குள் கோழி ரத்தமாக நினைவிலாடுகிறது
நண்பனின் நம்பிக்கை துரோகம்
நாலாவது ரவுண்டுக்கு தண்ணீர் கலக்கையில்
பால்க்காரனின் மகள் என்னிதயத்தை
பாத்திரத்தில் பெற்றுக்கொண்டது
பொங்கி வடிகின்றது
என் கண்ணீரின் நடனத்தில்
உடலைக் குலுக்கி கோப்பை உயர்த்துகிறார் சிவாஜி
தடுமாறுகையில் பிடித்துக்கொள்ள
ட்ரம் ஸ்டிக்கை நீட்டுகிறார்
கே வி மகாதேவன்
வசந்த மாளிகையை விட்டு
வெளியே வருகிறேன்

பற்றிக்கொள்ள
வற்றிய முலைகள் கூட இல்லாத
அனாதிக்காலத்திற்குள் இருந்து
கட்டிங்கிற்கு ஐந்து ரூபாய் கேட்டு நீள்கின்றன
என்னிடம் ஒரு முதியவனின் நடுங்குகின்ற கைகள்
சொர்க்கமிருப்பது உண்மையென்றால்-அது
பக்கத்தில் நிற்கட்டுமே
ஒரு கிண்ணத்தை ஏந்துகின்றேன்
ஏன் ஏன் ஏன்!
பல எண்ணத்தில் நீந்துகின்றேன்

❖

காத்திருப்பின் நீட்சியில்
கால்களை நிமிண்டுகின்றன
மீன்களல்லாத மீன்கள்
தக்கையசைப்பிற்கும்
தக்கையசைவுக்குமான
காரணிகள்
உள்ளும் புறமும்
இரு வேறு புழுக்கள்
வெறும் நிகழ்வின் பிரதிபலிப்பு
நீர்க்கண்ணாடி
தக்கை அதன் மையம்

❖

அம்மா விறகு வெட்டச் சென்ற
அந்தப் பால்யத்தின் பகல் பொழுது
துயரமானது
நீண்ட நேரமாகியும் வீடு வராதவளை
நீலம் பாய்ந்த உடலோடு தூக்கி வந்தார்கள்
அந்தப்பாதை முழுதும்
சுடுமணலில் உதிர்ந்து கிடந்தன
எனக்காக அவள்
மடியில் கட்டியிருந்த
நாவல் பழங்கள்

❖

ராத்திரிகளுக்கென ஒரு வானமுண்டு

குடும்பத்தோடு புதிதாய்க் குடியேறிய வீட்டில்
இன்றைய இரவைக் கழிக்கின்றோம்
இந்தப் படுக்கையறைக் கூரைச்சுவர் முழுவதும்
விண்மீன்களையும் நிலாக்களையும்
இரவில் ஒளிரும்படி ஒட்டி வைத்திருக்கிறார்கள்
இதற்கு முன் குடியிருந்தவர்கள்
நேற்றுவரை அவர்களின் வானமாய் இருந்தது
இன்று எங்களின் வானமாய் இருக்கிறது
அவர்கள் வானத்தை மறந்து
எங்கேயோ வாழ்ந்து கொண்டிருக்கலாம்
என் குழந்தைகளிரண்டும் படுத்தபடி எண்ணிமுடித்து
பங்கிட்டுக்கொண்டார்கள் நிலவையும் நட்சத்திரங்களையும்
இன்று இந்த வானத்தின் கீழ்
எங்கள் இரவை நகர்த்திக்கொண்டிருக்கிறோம்
நாளைய இரவைத் தலையில் சுமந்தபடி
வேறு வீடும் போகலாம் அல்லது வீடின்றியும் போகலாம்
அப்போதும்
எங்கள் ராத்திரிகளுக்கென ஒரு வானமுண்டு
இருப்பவர்களுக்கு ஒரு வானமும்
இல்லாதவர்களுக்குப் பல வானமுமாக
விடிகிறது எங்கள் பொழுது

எனது உடைந்த கால் எலும்பிலிருந்து
மூங்கில் பூக்கள் தினமும் மலர்கின்றன
அதன் மஜ்ஜைகளுக்கு
நீ என்ன பதில் வைத்திருக்கிறாய் நண்பனே!?
பில்லா ரஜினியைப்போல
பெல்பாட்டமணிந்து ஸ்டைலாக நடந்து வெளியே வர
ஆசையாக இருக்கின்றது
உன் தானியமண்டியைச் சுற்றும் பறவையாக நினைத்து
எனக்கு மட்டும் சொல்
உனதந்த வினோதத் தோட்டத்தில்
எப்போது நண்பா அருவடைக்காலம்

(பா.திருச்செந்தாழைக்கு)

❖

ஊதுபத்தி விற்பவள்

பார்வையற்ற ஓர் இளம்பெண்
தன் பாதங்களை
பூமிக்கு வெளியே வைத்துவிடாத கவனத்தோடு
ஊன்றுகோலைத் தட்டித் தட்டி
ஊதுபத்தி விற்றபடி வருகிறாள்
பாதையில் குறுக்கிடும் மாமரத்தை
குளிர் நிழலாய் உணருமவள்
ஆண்குரலையெல்லாம்
அண்ணனென்றே அழைக்கிறாள்
சத்தங்களைத் திறந்து திறந்து நுழையும்
அவள் உடலைச்சுற்றி ஓராயிரம் கண்கள் ஒட்டியிருந்தன
அவளைக் கடந்து வீடுவந்த பிறகும்
அறைமுழுவதும் வியாபித்திருந்தது ஒரு மென் சோகம்
அவளிடம் வாங்கிய பத்தியை ஏனோ
இந்தக் கடவுளுக்கு முன் ஏற்ற மனம் வரவேயில்லை

நேற்றிரவு உன் நினைவைக் கொறித்துக்கொண்டு
பால்கனியில் மதுவருந்திய
என் உளறலுக்கு உம் கொட்டியது
அந்தப் பாதிநிலாதான்
பாதியாய் இருப்பதின் வேதனை
அதற்குப் புரிந்திருந்தது
ஆனால் இந்த அதிகாலையில்
என் வீட்டின் முற்றத்தில்
ஜோடியாய்த் தரையிறங்கிக் குதூகலிக்கும்
இந்தக் குருவிகளிடம் இருக்கும் முழுமையோடு
பேச எனக்கு என்னயிருக்கிறது

❖

மாந்தளிரை ஒளிர்விக்கும் வெய்யிலை
எப்படிக் கைக்கொள்வதென்று தெரியவில்லை!?
குழந்தையை இறக்கிவிடாத தாயைப் போல
மாந்தரு
வெய்யிலிடம் நடந்துகொள்வதும்
பேருன்னதமாகத்தான் இருக்கிறது
எனக்கோ வெய்யிலைத் தழுவிக்கொள்ள வேண்டும்
அம்மாவின் வயிற்றைப்போல
வெளிச்சமாகயிருக்கும் வெய்யிலை
கன்னம் குளிரக் குளிர தழுவிக்கொள்ளவேண்டும்

❖

உயிர்த்திசை

மின்கலன்களிரண்டு வாங்கியவனின் இரவு
முப்பது ஆண்டுகளாக விடியாமலிருக்கிறது
நீயும் அகல்விளக்கேற்றுகிறாய்
லாந்தர் ஏந்துகிறாய் பந்தல் கொளுத்துகிறாய்
கிழக்கின் மீது ஏக்கம் ததும்ப
பரிதிக்காய்க் காத்திருந்து ஓய்ந்துபோனாய்
மரணதண்டனை என்றதும்
உன் மார்களும் அழுதிருக்கும்
பறத்தலையும் வானையும்
அந்தக்கூண்டுப் பறவையிடம்
கொண்டு சேர்த்துவிடத் துடியாய் அலைகிறாய்
பூவிழுந்த கண்ணுக்குத்தான்
உன் மகனை
வாழ வைத்துப் பார்க்க எத்தனை ஆசை
ஓ என் நீதிமான்களே!
உங்களிடம் கருணையின் பெயரால் மன்றாடுகிறேன்
தொப்புள்கொடி ஒருமுறையும்
செங்கொடி மறுமுறையும் காப்பாற்றிய உயிரை
தாய்மடிக்குத் திருப்பி அனுப்புங்கள்
கூந்தல் நரைத்த
எங்கள் அம்மையிடம் உடைத்துக்காட்ட
சிலம்பு இல்லை
இதயத்தின் அருகிலிருந்தும்
சத்தியத்தின் நடுவிலிருந்தும் சொல்ல
இரண்டே இரண்டு சொற்கள் மட்டுமே உண்டு
"எம்புள்ள நிரபராதி"

தேவதாயம்

பதினான்கு வயதே ஆன முத்தமொன்று
ஆண்டாண்டுகளாக நமக்குள் இருக்கிறது
நாமதைத் திறந்து பார்ப்பதும் நாணுவதுமாக இருக்கிறோம்
தூக்கணாங்குருவிச் சகதியில் பதியமிட்ட
வெளிச்சம்போல ஒளிர்கிறது நம் கூட்டுக்குள் அம்முத்தா
நீளமின்றி துண்டித்துக்கொண்ட
அந்த ஒற்றை அனாதிபந்தம்
இன்னும் நீள்கிறது நமக்கிடையே
பாலகுயவன் வனைந்த மண்பாண்டமெனினும்
நினைவின் சேகரத்தில்
நீர் பருகுகிறோம் வயோதிகம் வரை

கன்னி மயில்

தோகைமயில் சேற்றில் சிக்கியிறந்துவிட்டது
மயிலென்னும் அழகியல் மட்டும்
மாசுபடாமல் எல்லோர் மனதிலும் அகவுகிறது
மலையிலிருந்து பறந்திறங்கியதும்
பொட்டல் வெளிதனில் மேய்ந்து உலவியதும்
நினைவில் ததும்புகிறது
உயிரின் கடைசிநாள்
மொழித் தோகை விரித்தாடும் உனது கவிதையொன்று
என்னைத் தேடிவந்திருந்தது
அப்போதெனக்குப் புரியவில்லை
சந்திரகத்தின் அத்தனை கண்களிலும்
அப்படியொரு சாது
கவிதைக்குள் தாவித்திரியும்
அவ்வழகுமயிலை
இனி காலத்திற்கும் நாங்கள் பார்த்திருப்போம்
தோகை வடிவங்கொண்ட
ஒரு சவப்பெட்டியில்தான்
உனைக்கூட வைத்திருந்தார்கள்
நான் நம்புகிறேன் சர்வநிச்சயமாக
மயில் மண்ணுக்குள் புதையாது
அதெங்கள் வழியெங்கும்
தன் பீலியை
உதிர்ந்துக் கொண்டேயிருக்கும்...

(பிரான்சிஸ் கிருபாவிற்காக)

படைப்பு பதிப்பகம் வெளியீடுகள்

2021

1. கனவுப்ப்பிரதிமை - விஜி வெங்கட்
2. பேச்சியம்மாளின் சோளக்காட்டு பொம்மை - கா.சோ.திருமாவளவன்
3. இசைக்கும் வயலினுக்கு குருதியின் நிறம் - வலங்கைமான் நூர்தீன்
4. நிழலின் வெளிச்சம் - கடையநல்லூர் பென்ஸி
5. WATER AND VIRTUAL WATER - G.Leela
6. சிவனாண்டி - ப.தனஞ்ஜெயன்
7. சாம்பல் மேட்டில் அமரும் வண்ணத்துப்பூச்சி - ஆரூர் தமிழ்நாடன்
8. செம்மண் - சிபி சரவணன்
9. ஊதா நிறக் கொண்டை ஊசி கதைகள் - கவிஜி
10. கானங்களின் மென்சிறை - ந.சிவநேசன்
11. பெருந்துணைத் தேறல் - கருவை ந.ஸ்டாலின்
12. ஒளி பூத்த குடில் - தஞ்சை விஜய்
13. பியானோவின் நறும்புகை - நிலாகண்ணன்
14. பிணக்காட்டு மரங்கள் - கோபிநாதன் பச்சையப்பன்
15. கண்மணி ராஜாமுகமது கவிதைகள் - கண்மணி ராஜாமுகமது
16. குருவிக்காக ஆடும் இலைகள் - கோபிநாதன் பச்சையப்பன்
17. நட்சத்திர பிச்சைக்காரன் - ஜெ.பிரான்சிஸ் கிருபா
18. ரகசியங்களின் புகைப்படம் - மா.காளிதாஸ்
19. காகிதத்தின் மூன்றாம் பக்கம் - மதுசூதன்
20. பாஷோ என் பக்கத்து வீட்டுக்காரர் - பிருந்தா சாரதி
21. விண்ணைச் சூடியாடும் இரு நீல வளையங்கள் - கார்த்திக் திலகன்
22. நீர்த் திமில்களில் மினுங்கும் வலி - யூமா வாசுகி
23. விழியல்ல விபத்துப்பகுதி - கோபிநாதன் பச்சையப்பன்
24. இயற்கையின் தீர்க்கதரிசிகள் - வில்லியம்ஸ்
25. அப்பத்தாவும் ஆண்ட்ராய்டு போனும் - அ.முத்துவிஜயன்

படைப்பு பதிப்பகம் வெளியீடுகள்

2021

26. கருவறை சுவர்கள் – ப.தனஞ்செயன்
27. கடவுளின் பிரார்த்தனை – ப.தனஞ்செயன்
28. நிசப்தம் விழுங்கும் காடுகள் – ப.தனஞ்செயன்
29. அம்மாவின் அடுக்களைப் பல்லி – சத்யா மருதாணி
30. புதிய மாமிசம் – சந்துரு.ஆர்.சி
31. வரையாட்டின் குளம்படிகள் – கோ.லீலா
32. படித்துறை பித்தன் – துளசி வேந்தன்
33. நினைவும் புனைவும் – யாழினி ஆறுமுகம்
34. உயிர் நன்று சாதல் இனிது – கரிகாலன்
35. அகத்தொற்று – கரிகாலன்
36. திரையும் வாழ்வும் – கரிகாலன்
37. தெய்வத்தின்ட திர – கரிகாலன்

2020

1. இடரினும் தளரினும் – விக்ரமாதித்யன்
2. கன்னத்துப்பூச்சி – மணி சண்முகம்
3. நிறமி – ஆண்டன் பெனி
4. யமுனா என்றொரு வனம் – ஆண்டன் பெனி
5. காலநதி – ஆரூர் தமிழ்நாடன்
6. என்மனார் புலவர் – கரிகாலன்
7. தேநீரைக் கைதொழுதல் – மணி சண்முகம்
8. பெருஞ்சொல்லின் குடல் – மா.காளிதாஸ்
9. கவிதை அனுபவம் – இந்திரன் | வ.ஐ.ச.ஜெயபாலன்
10. புத்தனின் கடைசி முத்தம் – லக்ஷ்மி
11. நீந்தத் தெரியாத அய்யனார் குதிரை – வீ கதிரவன்
12. நோம் என் நெஞ்சே – கரிகாலன்
13. உதிர் நிழல் – கி.கவியரசன்
14. தனிமை நாட்கள் – பிரபுசங்கர் க
15. சிப்ஸ் உதிர் காலம் – கவிஜி

படைப்பு பதிப்பகம் வெளியீடுகள்

2020

16. மணிப்பயல் கவிதைகள் - மணி அமரன்
17. கார்முகி - கோபி சேகுவேரா
18. சைகைக் கூத்தன் - முகமது பாட்சா
19. பொய்மசியின் மிச்சம் - மதுசூதன்
20. ஆ காட்டு - மு.முபாரக்
21. முழு இரவின் கடைசித் துளி - ப.தனஞ்ஜெயன்
22. புத்தன் மீன் வளர்க்க ஆசைப்படுகிறான் - வழிப்போக்கன்
23. யாயும் ஞாயும் - ஜே.ஜே.அனிட்டா
24. THE LIBERATION SONG OF A WOMENS BODY - Dr.NaliniDevi
25. கெணத்து வெயிலு - காதலாரா
26. காலாதீதத்தின் சுழல் - ரத்னா வெங்கட்
27. பெண் பறவைகளின் மரம் - மதுரா (தேன்மொழி ராஜகோபால்)
28. நட்ட கல்லும் பேசுமோ - பிரேமபிரபா
29. நீ துளையிட்ட எனது புல்லாங்குழல் - ஜின்னா அஸ்மி
30. நான் உன்னுடைய துறவி - தி.கலையரசி
31. பழுத்த இலையின் அடுத்த நொடி - குமார் சேகரன்
32. நீளிடைக் கங்குல் - ராஜி வாஞ்சி
33. மைனாவை பேசச்சொல்லிக் கேட்பவர்கள் - ஜின்னா அஸ்மி (படைப்பு மின்னிதழ்களில் வந்த கவிதைகளின் தொகுப்பு)
34. 64 கட்டங்களில் தனித்திருக்கும் ராணி - ஷெண்பா
35. பச்சையம் என்பது பச்சை ரத்தம் - பிருந்தா சாரதி
36. ஏவாளின் பற்கள் - காயத்ரி ராஜசேகர்
37. உன் கிளையில் என் கூடு - கனகா பாலன்
38. கீரக்காரம்மா - முத்து விஜயன்
39. அக்கை - அழ ரஜினிகாந்தன்
40. அம்மே - சலீம் கான் (சகா)
41. ஹைக்கூ தூண்டிலில் ஜென் - கோ.லீலா
42. வாவ் சிக்னல் - ராம்பிரசாத்
43. புரவிக் காதலன் - 14 எழுத்தாளர்கள்
44. குடையற்றவனின் மழை - கா.அமீர்ஜான்
45. நெடுநல் இரவு - மௌனன் யாத்ரிகா

	படைப்பு பதிப்பகம் வெளியீடுகள்
2019	1. நம் காலத்துக் கவிதை – விக்ரமாதித்யன் 2. ஆரிகாமி வனம் – முகமது பாட்சா 3. எறும்பு முட்டுது யானை சாயுது – கவிஜி 4. சொல் எனும் வெண்புறா – மதுரா (தேன்மொழி ராஜகோபால்) 5. யாவுமே உன் சாயல் – காயத்ரி ராஜசேகர் 6. நீர்ப்பறவையின் எதிரலைகள் – குமரேசன் கிருஷ்ணன் 7. பொலம்படை கலிமா – ஜோசப் ஜூலியஸ் 8. நீ பிடித்த திமிர் – அகதா 9. இசைதலின் திறவு – ஜானு இந்து 10. மறை நீர் – கோ. லீலா 11. தேநீர் கடைக்காரரின் திரவ ஓவியம் – பிரபு சங்கர். க 12. எரியும் மூங்கில் இசைக்கும் நெருப்பு – நடன. சந்திரமோகன் 13. வேர்த்திரள் – சலீம் கான் (சகா) (பரிசுப்போட்டிக்கு வந்த கவிதைகளின் தொகுப்பு) 14. வான்காவின் சுவர் – ஜின்னா அஸ்மி (படைப்பு மின்னிதழ்களில் வந்த கவிதைகளின் தொகுப்பு) 15. இருளும் ஒளியும் – பிருந்தா சாரதி
2018	1. நீர் வீதி – ஜின்னா அஸ்மி (படைப்பு மின்னிதழ்களில் வந்த கவிதைகளின் தொகுப்பு) 2. பாதங்களால் நிறையும் வீடு – ஜின்னா அஸ்மி (பரிசுப்போட்டிக்கு வந்த கவிதைகளின் தொகுப்பு) 3. உயிர்த்திசை – சலீம் கான் (சகா) (பரிசுப்போட்டிக்கு வந்த கவிதைகளின் தொகுப்பு) 4. வெட்கச் சலனம் – அகராதி 5. சிண்ட்ரெல்லாவின் தூரிகை – குறிஞ்சி நாடன் 6. அசோகவனம் செல்லும் கடைசி ரயில் – அகதா 7. என் தெருவில் வெஸ்ட் மினிஸ்டர் பாலம் – கோ. ஸ்ரீதரன் 8. அஞ்சல மவன் – கட்டாரி 9. கடவுள் மறந்த கடவுச்சொல் – ஜின்னா அஸ்மி 10. கை நழுவும் கண்ணாடிக் குடுவை – கவி விஜய்
2017	1. மௌனம் திறக்கும் கதவு – ஜின்னா அஸ்மி (படைப்பு மின்னிதழ்களில் வந்த கவிதைகளின் தொகுப்பு) 2. நதிக்கரை ஞாபகங்கள் – ஜின்னா அஸ்மி (பரிசுப்போட்டிக்கு வந்த கவிதைகளின் தொகுப்பு) 3. உடையாத நீர்க்குமிழி – ஜின்னா அஸ்மி (பரிசுப்போட்டிக்கு வந்த கவிதைகளின் தொகுப்பு) 4. இந்தப் பூமிக்கு வானம் வேறு – ஆண்டன் பெனி 5. நிலவு சிதறாத வெளி – காடன் (சுஜய் ரகு) 6. இலைக்கு உதிரும் நிலம் – முருகன். சுந்தரபாண்டியன் 7. நிசப்தங்களின் நாட்குறிப்பு – குமரேசன் கிருஷ்ணன் 8. நினைவிலிருந்து எரியும் மெழுகு – ஆனந்தி ராமகிருஷ்ணன்